அழகிய பெரியவன்

அரவிந்தன் சின்னதுரை என்ற இயற்பெயர் கொண்ட அழகிய பெரியவன் வேலூர் மாவட்டம் பேர்ணாம்பட்டுக்கு அருகில், கிழக்குத் தொடர்ச்சி மலைகளின் அடிவாரத்திலிருக்கும் ஒரு கிராமத்தில் 1968 ஆம் ஆண்டு பிறந்தவர். தற்போது சொந்த ஊருக்கு அருகிலேயே அறிவியல் ஆசிரியராகப் பணிபுரிந்து வருகிறார்.

சிறுவயதிலிருந்தே புத்தகங்களை வாசிப்பதிலும், எழுதுவதிலும் ஆர்வம் கொண்டிருந்த இவருடைய முதல் சிறுகதை 1988 ஆம் ஆண்டு வெளியானது. அதன் பின்னர் தொடர்ந்து எழுதத் தொடங்கினார். இவரின் முதல் சிறுகதை நூலாகிய *தீட்டு*, கவிதை நூலாகிய *நீ நிகழ்ந்த போது*, இரண்டும் 2000 ஆம் ஆண்டு ஒரே சமயத்தில் வெளிவந்தன. கவிதை, சிறுகதை, நாவல், கட்டுரை, திரைக்கதை, திரைப்பட வசனம், இசைப்பாடல் என்று பல தளங்களிலும் இயங்கி வருகிறார். இவர் இலக்கியவாதியாக மட்டுமின்றி சமூகச் செயல்பாட்டாளராகவும் அறியப்படுகிறார்.

இதுவரை எழுதியுள்ள சிறுகதைகள் எட்டுத் தொகுப்புகளாக வெளிவந்துள்ளன. *தகப்பன் கொடி*, *வல்லிசை*, *யாம் சில அரிசி வேண்டினோம்*, *சின்னக்குடை* ஆகிய நாவல்கள் வெளியாகியுள்ள. *அரூப நஞ்சு*, *ஞாபக விலங்கு* உள்ளிட்ட பல கவிதை நூல்களும், *பெருகும் வேட்கை*, *மீள்கோணம்*, *அன்லிமிட்டெட் காலம்* உள்ளிட்ட பல கட்டுரை நூல்களும் வெளி வந்திருக்கின்றன. தமிழ்நாடு அரசின் சிறந்த நூல்களுக்கான பரிசினை *தகப்பன் கொடி* நாவலும் (2003), *உனக்கும் எனக்குமான சொல்* (2010) கவிதை நூலும் பெற்றுள்ளன.

தினமணி–ஆக்சஸ் பரிசு, *கணையாழி* பரிசு, சிற்பி விருது, திருப்பூர் தமிழ்ச்சங்க விருது, கலை இலக்கிய பெருமன்ற விருது, சு. சமுத்திரம் விருது, ஜெயந்தன் விருது, சுஜாதா விருது, தஞ்சை பிரகாஷ் விருது,

எஸ்.ஆர்.வி தமிழ் விருது, *இந்தியா டுடே* எதிர்கால நாயகர் விருது, *தலித் முரசு* விருது, பொ.மா. சுப்பிரமணியம் விருது, தந்தை பெரியார் விருது, கு. அழகிரிசாமி விருது, கலைஞர் பொற்கிழி, மெய் பன்னாட்டு திரைப்பட விருது உள்ளிட்ட பல பரிசுகளையும், விருதுகளையும் பெற்றிருக்கிறார்.

மலையாளம், வங்காளம், தெலுங்கு, உருது, ஆங்கிலம், செக் உள்ளிட்ட பல மொழிகளில் இவருடைய கவிதைகளும், சிறுகதைகளும் மொழியாக்கம் செய்யப்பட்டுள்ளன. தமிழ்நாடு அரசின் 11 ஆம் வகுப்பு தமிழ்ப்பாட நூலில் 'ஏதிலிக் குருவிகள்' என்ற இவருடைய கவிதை இடம் பெற்றுள்ளது. கேரளாவில் தமிழ் படிக்கும் அரசுப் பள்ளி மாணவர்களும் இவருடைய சிறுகதைகளை பாடமாகப் படிக்கிறார்கள். வேறு ஆக்கங்கள் பல கல்லூரி பாடதிட்டங்களில் இடம் பெற்றிருக்கின்றன.

இயக்குநர் பா. ரஞ்சித்தின் புகழ்ப்பெற்ற *தங்கலான்* திரைப்படத்துக்கு வசனம் எழுதியிருக்கும் இவர், வட அமெரிக்கத் தமிழ்ச் சங்கப் பேரவை (FeTNA) யின் அழைப்பை ஏற்று 2024 ஆம் ஆண்டு அமெரிக்க நாட்டுக்கு இலக்கியப் பயணம் சென்று வந்திருக்கிறார்.

படிகப் பாடல்

அழகிய பெரியவன்

பரிசல்

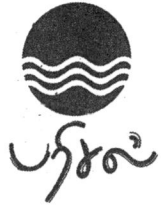

படிகப் பாடல்
அழகிய பெரியவன்
© ஆசிரியருக்கு

முதல்பதிப்பு: டிசம்பர் 2024
பக்கங்கள்: 148

வெளியீடு: பரிசல் புத்தக நிலையம்
47, B1 பிளாட், தாமோதர் பிளாட் ஐஸ்வர்யா அப்பார்ட்மெண்ட்,
முதல் தளம், ஓம் பராசக்தி தெரு, வ.உ.சி நகர்,
பம்மல், சென்னை 600 075.
parisalbooks2021@gmail.com
தொடர்புக்கு: 93828 53646, 88257 67500

அட்டை, புத்தக வடிவமைப்பு: பா. ஜீவமணி
அச்சகம்: The Print Park, Chennai 600 117.

விலை: ரூ 170

Padikap Paadal
Azhagiya Periyavan
© Author

First Edition: December 2024
Pages: 148

by Parisal Putthaga Nilayam
No. 47 B1 Flat, First floor, Dhamodar Flat Aiswarya Apartment,
Om Parasakthi St, VOC Nagar, Pammal, Chennai 600 075.
Contact: 93828 53646, 88257 67500 | Parisalbooks2021@gmail.com

Wrapper, Book Layout: B Jeevamani
Printed by: The Print Park, Chennai 600 117.

Price: Rs. 170
ISBN: 978-81-19919-18-5

சமர்ப்பணம்

இசையும்
இசை வடிவமாகவும்
இருக்கும் **இசைஞானி**
அவர்களுக்கு

நன்றி:
இந்தக் கதைகளை வெளியிட்ட இதழ்கள்
உயிர்மை, உயிர் எழுத்து, மணல் வீடு, நீலம்,
தலித், தமிழரசு இலக்கிய சிறப்பிதழ் 2023

உள்ளே...

1. பிரியத்தின் ஹெர்பேரியம் 9
2. காலநகை 14
3. செவ்வல்லி பூத்த மலை 23
4. நினைவுப் பாதை 45
5. படிகப் பாடல் 70
6. மழையில் நனையும் நிஷாகந்தி 75
7. மறைவானதன்று 88
8. வரைகின்றவன் கை 102
9. எட்டாம் வகுப்பு 'அ' பிரிவில் ஓர் தமிழாசிரியர் 109
10. வாழ்க்கை உயிர்ப்பெற பாடு 129

பிரியத்தின் ஹெர்பேரியம்

அவன் கால்களில் வேர்கள் முளைத்து மண்ணை ஊடுருவத் தொடங்கின. ஆணி வேர்களும், சல்லி வேர்களும் கலந்ததொரு வகைமையில் அவன் பாதவேர்கள். பக்க வேர்களும், வேர்த்தூவிகளும் முளைத்துவிட்டன. சாய்ந்து விடுவோமோ என்று அச்சப்பட்டுத் தவித்துக் கொண்டிருந்தான். வேர் முளைத்தது பெரும் ஆறுதலைக் கொடுத்தது.

அச்சம் தேவையற்ற வேலைகளைச் செய்துவிடும். அதை அவன் அறிவான். அதனால் அவன் அச்சத்தை வெறுத்தான். அச்சம் உள்ளே நுழைந்தால் மனவெளியில் கார்மேகங்களைக் கப்பச் செய்யும். மனதை பாரமாக்கி ஓ'வென்றவனை அழவைக்கும். அன்றேல், உள்ளே புகைவதைக் கிளறும். மூர்க்கத் தீயை கொழுந்துவிடச் செய்யும். அழுத்தம் கூட்டி வெடிக்க வைக்கும்.

உருண்டை முகமும், உக்கிர விழிகளும் கொண்ட அவளுக்காக இன்னும் எத்தனைக் காலமானாலும் நிற்கலாம் என்பது அவன் எண்ணம். இதை அவன் நம்பத்தலைப்பட்ட கணத்திலிருந்து உடல் இறுகி, வைரம் ஏறியிருந்ததை அவன் உடலே உணர்ந்து கொண்டது. பருவ காலங்கள் புரண்டன. தட்ப வெப்ப நிலைகள் மாறின. மழை பெய்தது. வெய்யில் காய்ந்தது. பனி வாட்டியது. காற்றடிக் காலம் வந்து வறட்டியது. அவன் அங்கிருந்து நகரவேயில்லை.

நவீன புத்தனாக காலம், பருவம், உணவு, உணர்வு, அனைத்தையும் துறந்தான். அங்கேயே நின்றான். எப்போது அங்கே நிற்கத் தொடங்கினோம் என்ற நினைவு அவனுக்கு மறந்து போயிருந்தது. கால்கள் மரக்கட்டைகளாய் உருமாறத் தொடங்கியிருந்தன. ஒன்று

மட்டுமே அவனுக்கு நினைவிலிருந்தது. அவள் அந்த இடத்தில் தான் அவனைச் சந்திப்பதாக வாக்குக் கொடுத்திருந்தாள். அதை வருந்தியும் கேட்டுக் கொண்டாள். அவள் அவ்விதம் சொன்ன நொடியிலிருந்து அவன் மனம் பலவிதமான எதிர்பார்ப்புகளில் காத்திருக்கத் தொடங்கிவிட்டது.

அவன் காத்திருப்பு காலாதீதமாயிற்று. அவள் சொன்னதை அவன் மீறியதில்லை. மீறமாட்டான். அவனுக்கு வேறெதுவும் தெரியாது. அவள் சொன்னது ஒன்று மட்டுமே தெரியும். அவள் சொற்களே அவன் சொற்கள். மனம் முழுவதும் நிறைந்திருக்கும் சொற்கள். பிறகு எதைக் கொண்டு அவனால் வேறொன்றை செய்ய இயலும்?

அதுவும் அவள் அதை சொன்ன விதம் இருக்கிறதே? புறாக்கள் குறுகுவதைப் பார்த்ததுண்டா? அப்படித்தன் கழுத்தையும் உடலையும் குறுக்கி, தலையை அவன் திசையில் சாய்த்து, உருண்டை விழிகளில் நீர்ப்படிகம் ஒளிர, மிக மெல்லிய வெட்கத்துடன் அதைச் சொன்னாள். சொல்லி முடித்ததும் கன்னம் குழிந்து மெல்லிய சிரிப்பு ஒன்று தோன்றி மறைந்தது. அந்தச் சிரிப்பை பார்த்திருக்க வேண்டுமே! வானத்தில் ஓர் ஒளிக்கீற்று தோன்றி மறைவதைப் போன்றதொரு சிரிப்பு! கீற்று மறைந்துவிடும், பார்க்கும் மனம் மட்டும் கணந்தோறும் கணந்தோறும் நினைத்து நினைத்துப் பூரிக்கும்.

தேடும் பொருளைக் கண்டடைய வேண்டாத பொருட்களை வீசி வீசி எறிவதைப் போல், அவள் சொன்ன நொடியைக் கண்டடைய வேண்டாத நொடிகளையெல்லாம் வீசியெறிந்து அந்த இடத்துக்கு வந்து சேர்ந்தான். அந்த இடம் நகரத்தின் நேர் வீதியிலிருந்து கிளை பிரிந்த வீதி. அப்படிக் கிளை பிரிந்த வீதியின் தொடக்கத்தில் அவ்விடம்! அந்நகரம் வீதிகளில் செய்து வைத்திருக்கும் பூடக இடங்களுள் ஒன்று. கிளை கிளையாய்ப் பிரிந்து வளர்ந்திருக்கும் நகர மரத்தின் கிளைகளில் ஒரு கூடு. கடப்பவரின் கண்களுக்குத் தப்பிவிடும் கள்ளத்தனம் கொண்ட நில அமைப்பு. விமானங்களையும், கப்பல்களையும் ஒளித்து வைத்துக் கொள்ளும் கண்ட மூலை. ஆளரவமற்றத் தீவு.

தான் தோன்றித்தனமாக உருவாகிடும் இந்திய நகரங்களில் ஒன்றாய் அந்நகரமும் இருந்தபடியினால் குறுக்கும் நெடுக்குமாக

வீதிகள் உருவாகி, அவ்விதமே நிலைக் கொண்டுமிருந்தன. இந்தியத் தெருக்கள் உருவாவதில் இருக்கும் பிரத்தியேகமான சில காரணங்களுக்கு அவன் நகரத்து வீதிகளும் தப்பவில்லை. சமதளமாய் அகன்ற பரந்த இடங்களில் மேட்டுக் குடிகள் முதலில் வீடுகளைக் கட்டிக் கொண்டனர். தொண்டூழியக் குடிகள், தங்களின் குடிசைகளிலிருந்து மெல்லக் கிளைத்துப் பலுகிய போது, பள்ளமும், மேடும், கரடும், முரடுமாயிருந்த தமது தெருக்களையும், சந்து பொந்துகளையும் முள்மண்டைகளை இழுத்து வருவதைப் போல் எப்படி எப்படியோ துயருடன் இழுத்து வந்து பிரதான வீதிகளுடன் இணைத்தனர்.

அவன் நின்றிருந்த இடமும் அப்படித்தான் உருவாகியிருக்கும் என்று அவன் உறுதியாக நம்பினான். வீழ்த்தப்பட்டவன் நகர்ந்து நகர்ந்து வலியவனிடத்தில் வந்து, ஆதரவு கோரிட தன் கைகளை நன்றாய் நீட்டி, விரல்களாவது தொட்டுவிடாதா என்று பிரயாசப்பட்டதை போன்றதொரு சித்திரம் அவனுள்ளே உருவானது. மைகேல் ஏஞ்சலோவின் புகழ்பெற்ற ஓவியத்தை அவன் எண்ணிக் கொண்டான். ஆதாமின் தோற்றம். மனிதனின் உருவாக்கம். இருவேறு உலகங்களின் தொடுகையை மனதில் கொண்டல்லவோ ஏஞ்சலோ அதனை வரைந்திருக்கிறார்!

அவளுக்காக காத்திருப்பதும் அவ்விதமானதொரு சந்திப்பு தான். இருவரும் ஒரே வானத்தின் கீழ் சஞ்சரித்தாலும் அவள் வேறு உலகம், அவன் வேறு உலகம். மகா சமுத்திரத்தில் நீந்திக் களித்திடும் மீன்களைப் போல புவியிலிருக்கும் எல்லாரும் அவரவர் உலகத்தில் அவரவரே உலகமாய் திளைத்துத் திரிகின்றனர். ஒரு பெரும் குடுவையில் இருக்கும் பல்வண்ணப் பந்துகளைப் போல. சிறு சிறு வட்டங்கள். வட்டங்கள் வெட்டி இணைந்து உருவாகும் கணங்கள். கணங்களும் வெட்டுக்களும் இணைந்து உருவாகும் பெரு வட்டங்கள். இணைந்தும் பிரிந்தும் சேர்ந்தும் விலகியும் ஓயாமல் நடந்து கொண்டிருக்கும் மாயஜால டிஜிடல் சித்திரம்!

அவனை காத்திருக்கும்படி சொல்ல வேண்டும் என்ற விருப்பம் அவளுக்கு எப்போது தோன்றியிருக்கலாம்? அவன் தன் பெயரை புன்னைமர இலையில் விளையாட்டாக எழுதிய போதா? அல்லது அந்த இலையை அவனுக்குத் தெரியாமல் பறித்து

உலர்த்தி வைத்திருந்து அவனுக்குக் காட்ட விரும்பிய போதா? இருவேறு மாதிரியும் இருக்கலாம்! ஆனால் அவனிடம் அவள் காட்ட விரும்பியது பிரியத்தின் ஹெர்பேரியம்.

அவன் பிரித்தெறிந்த சாக்லேட் தாள், அவன் வரைந்து கசக்கிய காகித உருண்டை, எழுதிக் கொண்டு இருக்கையில் மைதீர்ந்ததால் கீழே வீசிய பேனா. இப்படி அவனுடன் தொடர்புடைய எல்லாவற்றையும், அரிய பொருட்களையும் பழம் பொருட்களையும் சேகரிக்கும் ஒருத்தியைப் போல அவள் சேகரித்திருந்தாள். அந்தப் பொருட்கள் ஒரு கணமோ, அல்லது பன்னொடியோ அவனுடன் உறவாடியிருந்ததால் பெற்றிருந்த நினைவுகளின் சேகரத்தில் அவன் அவளினுள்ளே உருக்கொண்டு நிலைத்திருப்பான் என்று அவள் கருதியிருக்கக் கூடும்.

அவர்கள் இருவரின் பார்வையிலிருந்துதான் எல்லாமே தொடங்கியது. எத்தனையோ நபர்களை தினந்தோறும் பார்த்திடும் ஒருவருக்கு, ஒருவரை மட்டும் பார்த்தவுடன் பிரத்தியேகமாக எப்படிப் பிடித்துவிடுகிறது? மனதின் எந்த அறையில் அந்தத் தேர்வு நடக்கிறது? இந்த விருப்பம் நிகழ்வதின் ரகசியம் என்ன? அவனும் அவளும் பல காலமாக ஒருவரையொருவர் தொடர்ந்து பார்த்துக் கொண்டேயிருந்தார்கள். நான்கு கண்களும் ஓயாமல் ஒருவரையொருவர் கவனித்து வந்தன. திரும்பிடும் திசையெல்லாம் அக்கண்கள் வேட்டையாடும் மௌன விலங்குகளைப் போல இருந்தன. தொடர்ந்த பார்வைக்கிடையில் அவள் ஒருநாள் அவனிடத்தில், “என்னைப் பிடித்திருக்கிறதா?” என்று கேட்டாள். அவன் பதிலேதும் சொல்லாமல், எதையோ கண்டடைந்த பெருங்களிப்பில் சிரித்தான்.

அவனுக்காக அவள் தன் கால்களையும்கூட உடைத்துக் கொண்டதுண்டு. அவள் வசித்த வீதியில் ஒருநாள் அவன் நடக்கையில் அச்சம்பவம் நடந்தது. அவனை எதிர்கொண்டு செல்வதற்கு அனுமதி இல்லாத சூழலில், வீட்டின் மாடிக்குத் தாவியேறி விழுந்தாள் அவள். பின்னர் அவனால் அவளை சில மாதங்களுக்கு பார்க்க முடியவில்லை. அவளை மீண்டும் பார்த்த தருணத்தில் மனம் முழுநிலவு நாளின் கடலலை ஆனது. நந்தியாவட்டையும், பவழ மல்லியும் சொரிந்திருக்கும் பிரகாரத்துக்கு காலமே சென்று அவளுக்காக வாங்கி வந்திருந்த

திருமண்ணை அவள் நெற்றியில் தீற்றி, புருவங்களுக்குக் கீழாக உள்ளங்கையைக் கவிழ்த்து அவள் கண்களை துகள்கள் நிரப்பிவிடாதபடி ஊதினான் அவன்.

ஒருநாள் காலத்தில் வெடிப்பு நிகழ்ந்தது. அவனுக்கு அவளும், அவளுக்கு அவனும் காணாமல் போனார்கள். மீண்டும் சந்திக்கலாமென வாக்களித்த அவளுக்கென்று அவன் காத்திருக்கிறான். அவள் வருகையில் பிரியத்தின் ஹெர்பேரியத்தைக் கொண்டு வரலாம். வேர்பிடித்து மரமாகியிருக்கும் அவனை அந்த உலரிலை தீண்டியதும் பச்சையம் பெற்று அன்புச்சேர்க்கை செய்யலாம்.

◉

காலநகை

இஃதென்ற அறிகுறி தெரியாதபடிக்கு வெண்ணிறப் போளமாக உருண்டிருந்தது பொழுது. அவன் கிளியுடன் காட்டிற்குள் பிரவேசித்தான்.

தொடர்ந்து நாட் கணக்கில் மழை பெய்து கொண்டேயிருந்தது. பாலாடை நிறைந்து, பஞ்ச பாத்திரம் நிறைந்து, குவளை நிறைந்து, கொட்டாங்கச்சி நிறைந்து, செம்பு நிறைந்து, சட்டி நிறைந்து, மொந்தை நிறைந்து, மரக்கால் நிறைந்து, உரல் நிறைந்து, உழக்கு நிறைந்து, படி நிறைந்து, பானை நிறைந்து, ஆழாக்கு நிறைந்து, அண்டா நிறைந்து, கொப்பரை நிறைந்து, குளம் நிறைந்து, கண்மாய் நிறைந்து, கால்வாய் நிறைந்து, ஏனம் நிறைந்து, ஏரி நிறைந்து, அணை நிறைந்து, ஆறு நிறைந்து, வீடு நிறைந்து, வெளி நிறைந்து, ஊர் நிறைந்து, உலகமே நிறைந்து கொண்டிருந்தது.

அவன் வனத்துக்குள் நுழைந்ததும் தாவர இனங்களின் பசுங்கைகள் மழையை ஏந்தி அவன் மேல் தெளித்தன. நீளிலைகளும், கூட்டிலைகளும், வட்ட வடிவ அகல் இலைகளும் தளும்பத் தளும்ப ஏந்திக் கொட்டின. தாவர அல்குல்களிலிருந்து நிரம்பி வழியும் மழைத் திரவம் அவன் மீது மஞ்சள் தெளித்து ஆடியது. இது நீர்த்திருநாளோ என்றெண்ணினான்!

நீர் வைரங்கள் பொடிந்துப் பரவி அம்மரங்களை முழுதாய் அலங்கரித்திருந்தன. காட்டுக்குள் ஏகிடும் வளைவுப் பாதை நீர்வழிப் பாதையாய் நெளிந்தோடி மறைந்தது. நீருக்குள்ளாகவே அவன் செல்வதற்கு வாகாய் உருவான திறப்பாக அது தெரிந்தது. பாதையோரத்தில் ஆர்ப்பரித்தோடும் காட்டாறு நொப்பும்

நுரையுமாக அவனைக் கடந்தது. ஆற்றின் ஓரங்களில் எழுந்திருந்த பெருந் தாவரங்களை மழைநீர் வளைத்துச் சாய்த்து உதைத்து முறித்திருந்தது.

நீரின் உதையில் பாறைத் திம்மைகள் நடுங்கிக் கொண்டிருந்தன. நீர்க்கலவரம் எழுப்பிய வெறிக் கூச்சல் உம் உம்மெனக் கேட்டது. ஆர்ப்பரித் தெழும்பிடும் அவ்வோசை கானகம் முழுவதும் எதிரொலித்தது. அல்லால் காடே ஆர்ப்பரிக்கும் ஒலியோ அது என்றவன் மயங்கினான்.

நீரின் ஒலிக்கு பதில் சொல்லும் விதமாக அவன் கையிலிருந்த கூண்டில் கீச்சொலி கேட்டது. அக்கிளியோ கிஞ்சித்தும் பயப்படவில்லை. விடுதலை வெட்டப்பட்ட அந்தச் சின்னஞ்சிறு பச்சையுருண்டை தன்னாலியன்றவரை காருண்யத்தின் ஒலியை ஊடறுக்க எண்ணியது. அந்தப் பேரொலியின் திரளுக்குள்ளேயே வாழ்ந்திருந்த ஒன்றென்பதால் அதற்கு அவ்வொலித் திரளின் மர்மங்கள் தெரிந்திருந்தன.

அவனால் விசை கூட்டி நடக்க ஏலவில்லை. ஒடிசலான தேகத்திலிருந்து எழும் ஆக்ஞையே அவனை இயக்கியது. மெதுவாகவே நடந்தான். நேற்று மாலை பசித்துச் சோர்ந்து, செல்லாபுரியம்மன் கோயில் நடையில் அவன் தன் கிளியுடன் படுத்துக் கிடந்தான். கூண்டில் சில நெல்மணிகளே இருந்தன. கிளி பழங்களை உண்டு நாட்களாகியிருந்தன. யாரேனும் வினவுகையில் தன் கிளி சைவ உணவுகளை மட்டுமே புசிக்கும் என்று விடை சொல்லத் தெரிந்திருந்த அவனுக்கு, கொய்யாக் கனியையும், நெல் மணியையும் தவிர்த்து அதற்கு வேறு ஏது தருவது என்று தெரியவில்லை. வெளியே உலாவவிட்டால் தானும் பசியாறி, அவனுக்கும் உணவு கொடுக்கலாம் என்று கிளி கொண்டிருந்த சித்தத்தின் மீது கூண்டின் கம்பிகள் ஆணியறைந்திருந்தன.

அதிகாலை ஏற்பட்ட உள்ளுணர்வில் அவனுக்கு ஒரு சேதி கிடைத்தது.

“நீ எழும்பி மேற்கைப் பார்த்துச் செல்லும் காட்டுக்குள் நட”

அவ்வாறே அவன் எழும்பி, செல்லாபுரியம்மனின் வெளிப்பிரகாரப் கற்படிகளை தொட்டபடி சலசலத்துப் பாயும் கானாற்றில் குளித்தெழுந்து, வேறு ஆடைகளையுடுத்தி, நீர்பூசிய நெற்றியும், நடுவிலோர் திலகமுமாய், கர்ப்ப அறையில் சிரிக்கும் அம்மனிடம் கையேந்தித் தொழுது கிளம்பினான்.

"மகமாயி"

காலத்தை விற்கத் தொடங்கியதிலிருந்து அவன் இப்படித்தான் சுற்றித் திரிந்தான். கிளியும் அவனுமாக வீட்டை விடுத்துக் கிளம்பினால் மறுபடியும் வீடுதிரும்ப நாட்கள் பலவாகும். அதிகம் ஆசைக் கொள்வதில்லை. அவன் விற்கும் காலத்தின் விலை இருபது ரூபாய் தான். முன்னர் அதற்கும் குறைவாகவே கூட அவன் விற்று வந்தான். எல்லாவற்றின் விலையும் கூடக்கூட அவனிடமிருந்த காலச்சரக்கின் விலையும் சற்றே கூடிவிட்டது.

மனிதர்கள் கூடும் இடங்களில் நெடுநேரம் அமர்ந்து காலப் பண்டத்தைக் கடைவிரிப்பான். கொள்வார் எவருமில்லையெனில் வீதிகளில் நடப்பான்.

"கிளி ஜோசியம்... ஜாதகம்... கைராசி... பாக்கிறது!"

வெவ்வேறு வேலைகளுக்கு தாவிக்கொண்ட அவனை யொத்தவர்கள் தெருக்களில் கூப்பிடுவதைப் போல அவன் கூப்பிடுவதேயில்லை. நேரத்துக் கொருதரம், அவன் குரலாய் அவன் கிளியே கீ கீ என்கும். காலத்தை விற்றுக் கிடைக்கும் பணம் குறைவெனில் முடிந்து வைத்துக் கொள்வான் அவன். கையிருப்போ பெரிதெனில் வீட்டுப் பெண் வாங்கிக் கொள்ளும் வகையில் பெண்ணுக்கு மணியாடரில் போடுவான்.

ஊரூராய் சுற்றுகையில் அவன் கோயில்களில் தங்கி வந்தான். கோயிலில்லா இடங்களில் பள்ளிகள் இடம் கொடுத்தன. கிளிக்கூண்டை தலைக்கருகில் வைத்தபடி உறங்கச் செல்லும் அவனை காவலரோ, ஊராரோ எழுப்பி விசாரிக்கும் பட்சம் பதில் சொல்ல அடையாள அட்டை ஆதாரங்கள் பல அவனிடம் இருந்தன. அன்றியும் சில தருணங்களில் விசாரிப்பவரின் காலத்தை நயமாய்ச் சலித்துச் சொல்லி தப்பிக்க கிளியும் உதவியது.

எதற்கென்னை படிக்கச் செய்யவில்லையென ஒருநாளும் அவன் தன் தகப்பனைக் கேட்டதேயில்லை. கிளிக்கூண்டுடன் அப்பனும், நகைப் பெட்டியுடன் அம்மையும் வெளியே கிளம்பிச் செல்கையில் தங்களின் ஆற்றங்கரை வீட்டிலிருந்தபடி அக்காள் தங்கைகளை பார்த்துக் கொள்வானவன்.

மீசை அரும்பிய பருவத்தில் தகப்பன் அவனை தாதுகா பேட்டைக்கு அழைத்துச் சென்று எளிமையானதொரு கிளிக்கூண்டையும், கிளியையும், காலச்சீட்டுக் கட்டையும் வாங்கிக் கொடுத்தான்.

“இது உன் வயிற்றுப் பாடுக்கு!”

அதற்கே ஆயிரத்துக்கும் மேலாகிவிட்டது. அவன் கேட்டதைப் போல பித்தளையால் அலங்கரிக்கப்பட்ட பெட்டியை வாங்கியிருந்தால் இன்னும் அதிகமாகியிருக்கும். மேலும் அவ்வளவு தொகையும் அப்போது தகப்பனிடத்தில் இல்லை. அப்பனும், அம்மையும், அக்காளும், தங்கைகளும் காலப் பெருக்கில் நீந்திச் சென்ற பின்னர் அந்த ஆற்றங்கரை வீடு அவனும் அவன் வீட்டாரும் மட்டுமே தரித்திருப்பதற்கு என்றாகிவிட்டது.

பெண்டு பிள்ளைகளை ஊரில் விட்டு அவன் கிளம்பியபோது மழையில்லை. கொஞ்ச காலத்துக்கு முன்பு வரையிலும் கூட அவனுக்குச் சமதையாக அவன் மனைவியும் முலாம் பூசிய புன்னகைகளை எடுத்துக் கொண்டு கிளம்பிப் போவாள்.

“மாட்லு... கம்மலு... மூக்குத்தி... நெத்திச்சுட்டி.... வளையலு... செயினு... சரப்பணி... அண்ணாக்கயிறு...”

அவள் கூவுவது இசைப்பாடலாய் இருக்கும். இளம் பொன்னென ஒளிரும் இளங்காலைப் பொழுதுகளில் அவள் ஏதேனுமொரு ஊரின் திண்ணையிலமர்ந்து தன் தலைப் பொதியைப் பிரித்தால், குழந்தைச் சூரியனுக்கு கண்கள் கூசும். போகுமிடமெல்லாம் பெண்பிள்ளைகளின் செவியோலைகளிலும், மூக்குப் புடைப்புகளிலும் குழிபறித்து குறுஞ்சிரிப்பை தைப்பாள். தன் வயிற்றுப் பெண்பிள்ளைகள் பூப்பெய்திய பின்னர் அவள் புன்னகைகளை கருக்கும்படி விட்டுவிட்டாள்.

பேருந்து நிலையத்தையடைந்து கண்களை மூடி சில கணம் தியானித்ததும் அவனுள்ளே கட்டளை தோன்றியது.

"வடக்கைப் பார்த்துப் போ!"

உடனே அவன் கிருட்டிணகிரியிலிருந்து சித்தூருக்குப் போகும் பேருந்தொன்றில் ஏறியமர்ந்தான். சித்தூரில் வந்திறங்கிய சில நாட்களிலேயே மழை பெய்யத் தொடங்கியது. இடைவிடாமல் பெய்தது மழை. மேகங்கள் நெருங்கிச் சேர்ந்து சூரியனை பிடித்துக் கொள்ள, மழை படிக இழைகளால் முரட்டு ஜமுக்காளத்தை நெய்து பூமியின் மேல் போர்த்தியது. பீதியிலாழ்ந்து, வெண்ணிறத்தில் உறைந்த காலத்திற்குக் குழம்பி மக்கள் தத்தம் வீடுகளில் போய் ஒளிந்துக் கொண்டனர். ஒருவருக்கும் அவன் காலம் தேவைப்படவில்லை. அவன் தரும் உபரிக் காலத்தை எங்கு வைத்துக்கொள்வது என்பதை அறியாமல் கலங்கினர் மக்கள்.

இதுவரையிலும் அனுபவித்திராத பயமும் நிச்சயமின்மையும் அவனை பிடித்துக்கொள்ள, அவன் துரிதமாய் புறப்பட்டு வேறோர் இடம் வந்துச் சேர்ந்தான். செல்லாபுரியம்மன் கோயில் பிரகாரத்தில் வந்து படுத்த போதே அவன் பசியோடுதானிருந்தான். காலையில் பசித்தீ அவனை முழுவதுமாக ஆக்கிரமித்து எரிக்கத் தொடங்கியதும் கிளிப்பெட்டியை எடுத்துக்கொண்டு காட்டு வழிக்குள் நுழைந்தான்.

மழையும் கானகமும் எழுப்பிடும் ஊழிக்கூச்சல்களுக்கு பதிலாய் தன் நலிந்தக் குரலில் கிளி பதில் சொல்லிக் கொண்டே சென்றது. காட்டுப்பாதைக்கு அருகில் ஆழ்ந்த அமைதியுடன் கரைபுரண்டோடும் காட்டாற்றை போலொரு ஆற்றின் கரையில் தான் அக்கிளி முன்பொரு காலத்தில் வாழ்ந்து வந்தது. கரை நெடுகிலுமிருந்த தென்னைகளின் பொந்துகளில் அதன் வீடும் இருந்தது. பழங்களுக்கும், விதைகளுக்கும் குறைவில்லை. அப்போது அது காட்டுப் பேருருவினோர் அங்கம். அந்த உரிமையை அது இன்னும் இழக்கவில்லை என்பதை அதன் பலவீனமான குரல் சொல்லிச் சென்றது.

அவனுக்கோ காட்டுடன் பேசுவதற்கு வழியேதுமில்லை. அவன் ஒரு பொருட்டில்லை என்று காடோ அவனை அலட்சியமாய்

நோக்கியது. அவனுக்கு முன்னால் விரியும் காட்டை அழித்துவிடலாமென்ற ஆத்திரம் உருவானது. அவ்விதம் அழித்துவிட்டாலும் மண்ணில் தங்கி அனாதரவோடு வெளியை எதிர்நோக்கி பார்ப்பதன்றி வேறெதுவும் தன்னால் செய்ய இயலாதென்ற எண்ணம் கூடவே தோன்றினாலும், அக்காட்டை அழித்துவிடத்துடிக்கும் அவா மட்டும் அவனுள் தணியவில்லை. அவன் மேலும் மேலும் என மூர்க்கம் கொண்டு காட்டுக்குள் போய்க்கொண்டேயிருந்தான்.

நீண்ட பயணத்துக்குப் பின்னர் ஒரு சிறு கிராமத்தை அவன் கண்டடைந்தான். ஊருக்கு வெளியே இருந்த பாலத்தை மூழ்கடித்தபடி பெருவெள்ளம் போய்க்கொண்டிருந்தது. எப்படியோ அதைக் கடந்து ஊருக்குள் நுழைந்தவனை ஆழ்ந்த அமைதி வரவேற்றது. மனித அரவமில்லை. களைத்து நலிந்த அவன் ஊருக்கு எதிரில் இருந்த பள்ளிக்குள் தஞ்சமடைந்து சாப்பிட ஏதாவது வேண்டுமென்று யாசித்தான்.

பசியாறியதும் காலத்தை விற்போமென்று அவன் மனம் விரும்பியது. அந்தபடிக்கு அவன் தன்னுடைய காலவணிகத்தைத் தொடங்கினான்.

"பேரென்ன? வயசு?"

"வாப்பா, பேரு வந்து... சாரு பேரு! வயிசு... முடியுது. அவர் ராசிக்கு எப்பிடியிருக்குது இந்த வருசம்? குடும்பத்துல, வீட்டுல, செய்யிற தொழில்ல, போற எடத்துல, வர்ற எடத்துல, நல்லதா இல்ல கெட்டதா? நெனைக்கிற காரியம் முடியுமா? தொட்டது பாசாகுமா? நெனச்சது முடியுமா? நல்ல காலங்கள் வருமா?"

"... ... ... என்ற ராசிக்கு, பேருக்கு ஆண் பெண் கொழந்த குட்டி செய்யிற தொழில் வியாபாரம், இல்ல வீட்ல, போற எடத்துல, வர்ற எடத்துல, நல்லதா, கெட்டதா, என நெனச்சி... நல்லதா நெனச்சி, ஆண்டவன நெனச்சி, பகவான நெனச்சி சீட்டு ஒன்ன எடுப்பா மணி!"

"அதேவா? உன்னொரு முறை போ! அப்படியா? இத்தானா? படிக்கலாமா?"

“இத்தான் சார் உங்க பேருக்கு வந்திருக்கிற சீட்டு. நல்ல பேருதான். பேரு சொன்னதில எந்தக் கொறையுமில்ல. அருமையான பேரு. நீ ஆறாவது எடத்துல இருக்கிற. ராசிபலன் நல்லா இருக்குது. ... ... ராசி. சித்திர நட்சத்திரம். அஸ்வினி, பரணி, கிருத்திகை. மூனாவது பாகத்துல வர்றது அந்த நட்சத்திரம். அந்த ராசிக்கு மூனு நட்சத்திரம். ... ... ராசிக்கு குணத்துல தேவ குணம். ஒருத்தனை கெடுக்கலாமென்ற புத்தியில்ல ஒருத்தன ஏமாத்தலாமென்ற புத்தியில்ல. ஆண்டவன் குடுக்கணும் வாழணும் பொழைக்கணும். செல்வாக்கு நல்லது. அறிவு புத்தி யோசனை அதிகம். பாலுண்ட மரம். கொறையில்ல ஒன்னுமில்ல”

“ஆனா கருப்புத்துணி போடக் கூடாது. கருப்புத்துணி ஆகாது. கருப்பு நூலு ஆகாது. கருப்பு பொட்டு வைக்கக் கூடாது. ஞாயித்துக்கிழமை உங்கிட்ட இருக்கிற காசை யாருக்கும் கடனா கொடுக்கக் கூடாது. செவ்வாக்கிழமை முக ஷேவிங் செய்யக் கூடாது. புதன் கிழமை ஊரு உட்டு ஊரு போகக்கூடாது. வாயில்லா ஜீவனை காலெட்டி ஒதைக்கக் கூடாது. சாப்பிட்ட எச்சித் தண்ணிய கிழக்குப் பக்கம் சூரிய பகவான் முன்னிலையில் ஊற்றக்கூடாது”

“உன் ராசிக்கு எல்லாமே நல்லது தான். எதுவும் கொறையில்ல. கண்டத்துல வந்து மூனு கண்டம். ரெண்டு கண்டம் தப்பிச்சிடுச்சி. ஒரு கண்டத்துல நீ மண்ணுக்கு பலியாயிருக்கணும். இன்னொரு கண்டம் தகிலிடுச்சி. இப்போ எல்லாம் நல்லாயிருக்குது. தெய்வ குத்தம், ஆண்டவன் குத்தம், சாமிக் குத்தம், கடவுள் குத்தம் ஏதும் இல்ல”

“ஆனா இது கார்த்திகை மாசம். கார்த்திகை போய் மார்கழி தை ... இந்த மூனு மாசமும் அமாவாசை அமாவாசை வீட்டுக்குக் கிழக்குப் பக்கம் ... ... கோயிலுக்கு போயிட்டு வரணும். மூனு மாசம் கழிஞ்சி ஒரு அஞ்சி பேருக்கு தயிர் சோறு மட்டும் தர்மம் பண்ணுங்க. நல்லது நடக்குறதுக்கு வாய்ப்பிருக்கிறது. உன்னும் பெரிய ஸ்தானத்துக்குப் போறதுக்கு வாய்ப்பிருக்கிறது. உன்னும் உன் வீட்டுல குழந்தைக் குட்டி, ஆண், பெண் இந்த மாதிரி காரணங்கள் வெற்றியாகறதுக்கு வாய்ப்பிருக்கிறது. ஆடு, மாடு, கோழி, கொக்கு, மண்ணு, பொருளு, வீடு கட்டறது,

வாசல் கட்டறது, வண்டி வாங்கறது வாய்ப்புகள் கைமேல இருக்கு. மிஸ்டிக் இல்ல. ஒன்னுமில்ல"

"சொல்லுல வாழ வேண்டிய ஆளு. கர்ணன் மாதிரி! நல்லவனா இருந்தா, அவன காப்பாத்தணும்னு சொல்லிட்டா, வீட்டுல ஏதுமில்லனாலும் உன் உசுரக்கொடுத்தாவது காப்பாத்துவ. குடுக்கிறதுன்னு முடிவெடுத்துட்டா யாரு தடுத்தாலும் குடுத்துடுவ. இப்ப உனக்கு அண்ணனோ, தம்பியோ, அக்காளோ, தங்கச்சியோ, மாமனோ, மச்சானோ, ஜாதி பந்துக்களோ யாருடைய சப்போர்ட்டும் கெடைக்காது. அப்படி நீ எதிர்பார்த்தாலும் அவங்க உங்கையைத்தான் எதிர்பார்ப்பாங்க. இப்ப உனக்கு எல்லாம் நல்லாயிருக்குது. தரித்திரம் பீட என்பது இல்ல. இப்ப நடக்கிறது குரு தச. நாலாவது எடம், ஐஞ்சாவது எடம், ஆறாவது எடத்துல பொதன் இருக்கிறான். உனக்குக் கொறையில்ல, ஒன்னுமில்ல!"

தான் விற்ற காலத்துக்குரிய கட்டணமாக இருபது ரூபாயை வாங்கிய போது அவன் வாய் முணு முணுத்துக் கொண்டது.

"வீட்டுக்குப் போகணும். என் கையை எதிர் பார்த்துக் கொண்டு இருக்கிறார்கள்"

பாலத்தைக் கடந்து கொண்டிருக்கையில் காலம் உறையவில்லை என்றவன் நினைத்தான். சட்டைப் பையிலிருந்த இருபது ரூபாய்த் தாளைப் போலவே இன்னும் சில தாட்களை சம்பாதித்துக் கொள்ள முடியும் என்ற உத்வேகம் உருவானது. நீர்ச்சுழல்களைத் தாண்டுகையில் தன்னிடமிருக்கும் உபரிக்காலம் அதற்கு நிச்சயம் உதவும் என்ற நம்பிக்கை தோன்றியது.

ஆற்றின் வெள்ளத்தில் வேர்களை ஊடுருவ விட்டபடி கரையில் நிற்கும் ஒறைப் புளியனின் அடியில் தவிப்பாற்றிக் கொள்வதற்கென அமர்ந்த அவனுக்கு கைபேசியில் ஓர் அழைப்பு வந்தது.

"ராத்திரி திடுக்குனு வந்த பெரிய வெள்ளம் நம்ம ஊட்ட அருக்கடியா அடிச்சிணு போயிற்சி. நானும் புள்ளைங்களும் இப்ப பள்ளிக்கூடத்துல இருக்கிற முகாம்ல தங்கிணு இருக்கிறோம்"

கைபேசியையும், கிளிக்கூண்டையும் ஆற்றில் நழுவவிட்ட அவன், எதிரில் உறைந்து கிடக்கும் காலத்தினுள்ளே தனது உபரிக் காலத்தைத் தேடத் தொடங்கினான்.

◉

செவ்வல்லி பூத்த மலை

1

கொலை நடந்த வீட்டில் ஆளில்லை. குறைந்தது இருபத்தைந்து ஆண்டுகள் பழமை வாய்ந்த பித்தளைப் பூட்டு ஒன்று கதவில் தொங்கியது. தூய்மையும் விசாலமும் நிசப்தமும் உடைய அத்தெரு முற்றுபெறுகிற இடத்தில் சிட்டிக்கி ரெட்டி என்று அழைக்கப்படும் குண பூஷண சிட்டா மிட்டா ரெட்டியின் கோட்டைவீடு இருந்தது. பத்து நாட்களுக்கு முன்பு டவுன் இன்ஸ்பெக்டருடன் ஜீப்பில் அங்கு வந்திறங்கிய போது இப்படியான அநாதரவு ஞானகம்பீரத்தின் முகத்தில் அறையவில்லை.

மலை உச்சியில் அங்கங்கு குக்கிக் கிடக்கும் கிராமங்களில் இருந்தெல்லாம் ஆணும் பெண்ணுமாக நூற்றுக்கும் குறையாத ஆட்கள் தெருவிலும், வீட்டுக்கு முன்பும் பீதியை முகங்களில் தேக்கியபடி நின்றிருந்தனர். காவல் வாகனம் தடுமாற்றமில்லாமல் நுழைவதற்குக்கூட அவர்கள் இடம் தரவில்லை. வேடிக்கைப் பார்த்திடும் உந்தலில் எங்கே இவர்கள் பட்டிக்குள் நுழைந்து தடையங்களை எல்லாம் அழித்திருப்பார்களோ என்று ஞானகம்பீரம் அன்று வருந்தினான்.

ஒரு கோல்டு ஃபிளேக் ஃபில்டரை எடுத்துப் பற்ற வைத்து நிதானமாக புகையை உட்சுவாசித்து வெளிவிட்ட பிறகு ஞானகம்பீரம் அந்த வீட்டை நன்றாக நோட்டமிட்டான். இடுப்பளவு உயரத்தில் கருங்கற்களால் பலகையடித்து நன்றாகப்பாவி எழுப்பட்டிருந்தது. சதுர வடிவில் கட்டப்பட்ட நாட்டோடு வேய்ந்த பெரியவீடு. படியேறி தாழ்வாரத்தில்

நின்றால் கிழக்குப் பார்த்த, வேலைப்பாடுகளுடன் கூடிய பழைய நிலைக்கதவு. வீட்டின் வெளிச்சுவரையும், சன்னல் இறக்கைகளையும் தொட்டபடி தாழ்வாரத்திலேயே வீட்டுவலம் சென்றால், வடக்குப் பார்த்த வீட்டுக் கொல்லைக்கும், மேற்குப் பார்த்த மாட்டுப் பட்டிக்கும், தெற்குப் பார்த்த பண்டகச் சாலைக்கும் அங்கங்கு அமைக்கப்பட்டிருக்கும் படிகளிலே இறங்கிக் கொள்ளலாம். நடுவீட்டில் நான்கு மரத்தூண்களுடன் வானம் நோக்கும் உள்முற்றம். சுற்றிலும் அறைகள். வீட்டுக்குள் நுழைவதைத் தவிர்த்து, வீட்டுக்கொல்லை போன்ற இன்னபிற இடங்களுக்கு நிலத்திலிறங்கி சுற்றிக்கொண்டும் செல்லலாம்.

ஞானகம்பீரம் பாதி சிகரெட்டை தீர்த்திருக்கையில் ஒருவர் கண்களால் வினவிக் கொண்டு அருகில் வந்தார். அவனே முந்திக்கொண்டான்.

“என்ன, இதுக்கு முன்னாடி பாத்ததில்லயா?”

“அதான்... பலானவர்னு தெர்ல!”

“ரெட்டி கொலைய விசாரிக்க வந்திருக்கிறேன். எங்க, யாரையும் காணும்? வீடு பூட்டியிருக்குது?”

“கெட்டது நடந்த ஊடில்லையா சார்? அதான் குடும்பத்தோட திருப்பதிக்கு போய்ட்டு வந்து, ஒரு ஐய்யிர வெச்சி கீடுகழிக்கலாம்னு பெறப்புட்டுட்டாங்க!”

அவர் திடீரென்று எச்சரிக்கை உணர்வு பெற்றவராகப் பதில் சொன்னார். ஞானகம்பீரம் அவருடைய தோளைத் தொட்டு அதிகப்பட்ச இயல்புத் தன்மையுடன் கேட்டான்.

“ஒன்னுமில்ல! சும்மா, இந்த வீடு, ஊரு எல்லாம் எப்படி இருக்குதுன்னு பாக்கறதுக்கு வந்தேன். விசாரணைக்கு ஒதவும். அதனால. ஆனா... இந்த வீட்டுக்குள்ள போயி பாக்கணுமே? அது முடியாதில்ல?”

“அதுக்குப் போயி என்னாக்கீது சார்! இதோ, நானே தொறந்து உட்றேன். நல்லா பாத்துட்டு போ! ஊட்டுச் சாவிய எங்கிட்டதான் குடுத்துட்டுப் போய்க்கீறாங்க!”

ஊர் மனிதரை உடன் அழைத்துக் கொண்டு நிலத்திலிறங்கினான் ஞானகம்பீரம். வீட்டுக் கொல்லையில் செம்பருத்தியும், மல்லியும் நிறைந்திருந்தன. சின்னச் சின்ன மண்பாத்திரங்களில் தவனம் மணந்தது.

"ரெட்டியோட பெரியப்புள்ள சம்சாரத்துக்கு செடிங்க வளக்கிறதில ரொம்ப இஸ்டம்!"

அவர் சொல்வதை உண்ணிப்பாகக் கவனித்து கொண்டே, அங்கிருந்து ஆட்கள் நடமாடுவதற்கு தோதாகத் தெரியும் இடங்கள் எவையென்று பார்த்து குறிப்பேட்டில் பதிந்து கொண்டான். பைனாகுலரை உபயோகித்து தொலை தூரத்தில் தெரிகின்றவற்றை ஆராய்ந்தான்.

மாட்டுப் பட்டிக்குள் நுழைந்ததும் அவனுடைய உடலசைவு உறைநிலைக்கு வந்தது போலானது. பின்னால் திரும்பி, உடன் வந்தவரை இருக்கும் இடத்திலேயே நிற்கச் சொல்லிவிட்டு அடிவைத்தான். ஓலைக்கூரை உயரத்திலிருந்தது. மூங்கில் வாரைகளை குறுக்காகவும், நெடுங்கொடியாகவும் வைத்துக் கட்டியிருந்தார்கள். பட்டியின் நடுவில் இரண்டு பொரிச்சிமர நெடுங்கால்கள் கூரையைத் தாங்கி நின்றன. கொட்டகையின் குத்தானத்துக்கு ஏற்ப, பட்டிச்சுவரின் மேல் அங்கங்கே கட்டுக்கற்களை பொருத்தி, அவற்றின் மேல்லே மூங்கில் வாரைகளை நழுவாமல் வைத்திருந்தனர். கொலை நடந்ததற்கு மறுநாளிலிருந்து அங்கு மாடுகளைக் கட்டக் காணோம். சாணக்குமிகள் காய்ந்து கருத்திருந்தன. கோமியம் விழுந்து தெறித்த இடங்கள் மஞ்சள் பாரித்திருந்தன. மாடுகள் மென்று துப்பிய வைக்கோல் தாள்களும், கரும்புத் தோகைகளும் விழுந்து கிடந்தன.

அந்த இடத்தில் கிடைத்த முடி இழைகள் சிலவற்றையும், பீடித் துண்டுகளையும் கவனமாக எடுத்து தனித்தனியே பாலித்தின் உறைகளில் போட்டுக் கொண்டான். இன்ஸ்பெக்டருடன் வந்த அன்றைக்கே தடய மாதிரிகளை சேகரித்திருந்தாலும், மீளவும் சேகரிப்பது உதவும் என்று நினைத்தபடியே, ரத்தக் கறையுடன் கிடந்த கல்லை குனிந்து பார்த்தான் ஞானகம்பீரம். அழுகிய மாமிச வாடை குப்பென்று அடித்தது. முகக் கவசத்தை எடுத்து அணிந்துக் கொண்டான்.

ரத்தம் கல்லில் கருத்திருந்தது. கடைக்கால் போட உதவும் கட்டுக்கல். சற்று வெளியே பட்டியின் ஓரத்தில் அதைப் போன்ற கற்களின் குவியல் கிடந்தது. காமிராவால் அந்தக் கல்லை பல கோணங்களில் தெளிவாகத் தெரியும்படி படங்கள் எடுத்துக் கொண்டான். கல்லில் படிந்திருந்த உலர் ரத்தத் துகள்களையும், சதைத் துணுக்குகளையும் சுரண்டி பாலித்தின் உறையில் போட்டுக் கொண்டான்.

எல்லாவற்றையும் முடித்து ஞானகம்பீரம் நிமிர்ந்த போது, பாதியளவுக்கு புகைத்து அணைக்கப்பட்ட ஒரு சிகரெட் துண்டு அந்தக் கல்லுக்கு இரண்டடி தள்ளி விழுந்துக் கிடப்பது தெரிந்தது. ஆர்வமுடன் அதை குனிந்து எடுத்தவன், தனியே ஓர் உறையிலிட்டு கால்சட்டை பாக்கெட்டில் வைத்துக் கொண்டான். மாட்டுப் பட்டிக்குள் நுழைகின்ற இடத்தில், சாய்ந்து உட்கார்ந்து கொள்வதற்கு வாகாய் ஒரு கட்டுக்கல்லும், சுவரில் பீடிக்கங்குகளை தேய்த்து அணைத்த கரித்தீற்றல்களும் இருப்பதை கவனித்த ஞானகம்பீரம் அவற்றையும் புகைப்படம் எடுத்தான். சுவரை மேலும் ஆராய்ந்த போது, கையெட்டும் உயரத்தில் சிகரெட்டை தேய்த்து அணைத்த தடயம் ஒன்று தென்பட்டது. அதை புகைப்படம் எடுத்த பிறகு பல கோணங்களில் நின்று ஆழமாகப் பார்த்தான்.

மாட்டுப் பட்டிக்கும், தெருவுக்கும் இடையிலான நீளத்தை ஊர் மனிதரின் உதவியோடு அளந்து முடித்த பின்பு, ரெட்டியின் வீட்டைத் திறக்கச் சொல்லி உள்ளே நுழைந்தான். சமையல் அறையிலிருந்து வீட்டுக் கொல்லையை நோட்டம்விட அங்கிருக்கும் சன்னல் உதவுவதையும், வீட்டுக்குள்ளிருந்தபடியே மாட்டுப் பட்டியை கண்காணிக்க சன்னல்கள் ஏதும் இல்லாததையும், வீட்டுக்குள்ளிருந்து பண்டகச் சலைக்குச் செல்ல வேண்டும் என்றால் உள்நடையின் கதவைத்தான் திறந்தாக வேண்டும் என்பதையும் அறிந்து கொண்டு வெளியே வந்த பிறகு, வெளிக்கதவைப் பூட்டச் சொன்னான் ஞானகம்பீரம்.

சுற்றுப்புற ஊர்களில் ஆட்கள் சிலரை பார்த்துப் பேசவேண்டும் என்று ஞானகம்பீரம் சொன்னபோது, தான் உடன் வருவதாகச் சொல்லிவிட்டு, சட்டை அணிந்து வருவதற்காக ஓடினார்

ஊர்மனிதர். அவருக்காக காத்திருந்த நேரத்தில் இன்னொரு சிகரெட்டை பிடிக்கலாமா என்று அவனுக்குத் தோன்றியது.

மேல்கொல்லை மலையில் இருக்கும் கிராமங்களில் ஓராண்டு காலமாக தொடர் கொலைகள் நடந்துவந்தன. பாறைகளை வெட்டிக் கடத்திடும் கும்பல் வனக்காவலர் ஒருவரையும், விவசாயி ஒருவரையும் கொலை செய்திருந்தது. சாராயம் காய்ச்சுவதை கீழே காவல் நிலையத்தில் சொன்னதற்காக ஒருவரும், அதைப் பிடிக்கவந்த காவல் ஆய்வாளர் ஒருவரும் கொலை செய்யப்பட்டிருந்தார்கள். இந்தக் காரணத்துக்காக பயந்தே காவல் ஆய்வாளர்களும் காவலர்களும் மலைக்கு வரமறுத்தனர்.

நடுவயதுப் பெண் ஒருவரின் கொலை ஊடகங்களில் வெளியாகி பரபரப்பானது. இரண்டு பிள்ளைகள் வெளியூர்களில் வேலை செய்துவர, ஐம்பது வயது நிரம்பிய அந்தப் பெண் மட்டும் நிலத்தையும் பூர்வீக வீட்டையும் பராமரித்தபடி மேல்கொல்லை மலையிலேயே வாழ்ந்துவந்தார். திடீரென்று ஒருநாள் அவர் கழுத்தும், காதும் அறுபட்டு அம்மணப் பிணமாகக் கிடந்தார். கொலையுண்டவர் வன்புணர்ச்சி செய்யப்பட்டிருக்கிறார் என்று உடற் கூராய்வு அறிக்கை தெரிவித்தது.

கொலை நடந்த ஒரு வாரத்துக்குள்ளாக பதினேழு வயதுடைய ஒரு சிறுவனை கொலையாளியென பிடித்தது உள்ளூர் காவல்துறை. கோழிகளையும், ஆடுகளையும் திருடி விற்கும் வழக்கத்திலிருந்த அச்சிறுவனை கையும் களவுமாக அந்தப் பெண் பிடித்ததினால் கொலை செய்யப்பட்டிருந்தார். வெளியில் சொல்லிவிடுவாரோ என்ற அச்சத்தில் அந்தச் சிறுவன் அந்தப் பெண்ணை வக்கிரமாகவும், அருவருப்புடனும் கொன்றிருந்தான்.

இதைப்பேசி வாய் ஓய்வதற்குள் மேல்கொல்லையில் இன்னொரு கொலையும் நடந்தேறியது. தலைமேல் கல்லைப் போட்டுக் கொன்றதால், வீட்டை ஒட்டிய மாட்டுப் பட்டியில் மூளை சிதறி செத்துக்கிடந்தார் சிட்டிக்கி ரெட்டி. மேல்கொல்லை மலைச் சிகரத்தை அச்சத்தின் காரிருள் மேகங்கள் மீண்டும் சூழ்ந்தன. ஞானகம்பீரத்தை சென்னையிலிருந்து கிளம்பிப் போகச்சொல்லி ஆணை பிறப்பித்தது புலன் விசாரணைத் துறை.

2

பல்சரை உதைத்தவுடனே முடுக்கம் கொள்ளவில்லை. வண்டியை சர்வீசுக்கு விடுவதில்லையா என்று இன்ஸ்பெக்டரிடத்தில் கேட்க வேண்டுமென எண்ணிக் கொண்டான் ஞானகம்பீரம். சிறிது நேரத்தில் பல்சரின் சத்தம் மலை முகடுகளில் எதிரொலித்து அடங்கியது. மலைப் பாதையில் போகையில் பின்னால் உடகார்ந்திருப்பவரின் பெயரையும், தேநீர்க்கடை இருக்குமிடத்தின் விவரத்தையும் விசாரித்தான்.

"ஐடியா சினாய்!"

அந்தப் பெயர் வினோதமாகத் தெரிந்தது. தேநீர்க் கடைக்குச் சென்ற பிறகு விசாரித்துக் கொள்வோம் என அமைதி காத்தான். பாதையின் இரண்டு பக்கமும் உன்னிப் புதர்களும், செங்கம் புதர்களும், காட்டுச் செடிகளும் அடர்ந்திருந்தன. மரங்களில் குரங்குகளின் குதியாட்டங்களையும் பறவைக் கூட்டங்களையும் பார்க்க முடிந்தது. அங்கங்கே தெரிந்த நிலங்களில் காய்க்கறிகளையும், சிறுதானியப் பயிர்களையும் விளைவித்திருந்தார்கள். தூரத்துப் பார்வைக்கு காற்று செதுக்கிய வினோத மரவடிவங்களும், மஞ்சுப்புல் வெளிகளும் தெரிந்தன. வானம் கீழிறங்கி வந்திருந்தது.

நான்கு மலைப் பாதைகள் கூடுமிடத்தில், ஒரு புளிய மரத்தடியின் கீழ் ஐடியா சினாய் சொன்ன தேநீர்க்கடை புகைமண்டிக் கிடந்தது. வண்டியை நிறுத்திய பின்னர் மரபெஞ்சில் உட்கார்ந்த ஞானகம்பீரம், தேநீர் சொல்லிவிட்டு சிகரெட்டைப் பற்ற வைத்துக் கொண்டான். கடைக்குப் பக்கத்தில் இருந்த குளத்தில் சென்னிற அல்லிகள் பூத்திருந்தன.

"என்ன அது ஐடியா சினாய்?"

"பேரு சின்ன பையன் சார். எல்லாரும் இப்பிடியே கூப்டு பழகிட்டாங்க. ஊர்ல கேக்கறவங்களுக்கு யோசன சொல்லுவேன். அதான் ஐடியா சினாய்னு ஆயிடுச்சி!"

"இன்ஸ்பெக்டர் கூட உங்க பேர சொல்லிதான் அனுப்சாரு! நான் டவுன்ல ரெண்டு மூனு வாரம் தங்கினு, அடிக்கடி இங்க வந்துட்டுப் போவேன். நீங்கதான் கூட இருக்கணும். என்னப்

பத்தி யார்கிட்டயும் எதுவும் சொல்லக் கூடாது. கேட்டா பத்திரிகை ரிப்போர்டர்னு சொல்லு. அப்புறம், டீக்கடையில அக்கவுண்டு சொல்லிட்றேன். வேணுன்ற போதெல்லாம் வந்து டீ குடிச்சிக்குங்க! ஆமா, இந்த ஊருக்கு ஒரு மினிபஸ் கூடவா வர்றதில்ல?"

"ஆவட்டும் சார்! இது ஒயரம் கம்மியான மல. ஆனா ரொம்ப நெட்டு. வண்டிங்க சுலபமா ஏறமுடியறதில்ல. போன வருசம் டிராக்டரும், லாரியும் கவுந்து பத்திருவது பேருக்கு செத்துட்டாங்க. அப்போத்திலிருந்து அதுங்கக்கூட எப்பனாச்சும் தான் வரும். பொருளுங்கள கழுத மேல ஏத்தினு வருவாங்க. மத்தபடி வெறும் சைக்கிள், டூவீலர், கால்நட, அவ்ளோதான்!"

ஐடியா சினாய், தன்னைப் பற்றி இன்ஸ்பெக்டர் சொல்லியனுப்பி இருந்ததைக் கேட்டு பெருமிதத்தோடு தலையை ஆட்டிக்கொண்டு பேசினார். அந்தக் கடையைப் போலவே தேநீரும் புகைவாடையுடன் இருந்தது. தேநீரையும், சிகரெட்டையும் மாறி மாறி உறிஞ்சிக் கொண்டே ஞானகம்பீரம் கேட்டான்.

"ரெட்டி, பொண்ணுங்க விசயத்துல எப்பிடி? அறுவது தாண்டியும் ஆட்டம் போட்டாரோ?"

"எப்பிடி சார் கரெக்ட்டா சொல்றீங்க?"

"இந்த மாதிரி பெரிய மனுசனுங்களுக்கு பொண்ணு, பணம், சொத்து... இதுங்களோட தானே நெருக்கம்?"

"அதென்னாவோ வாஸ்தவம் தான் சார்! ரெட்டியும் அப்பிடி இப்பிடி இருந்தவர் தான்! ஆனா, பிற்பாடு ரொம்ப மாறிட்டாரு. என்னா, ஒன்னு... ஆளுங்கள கொஞ்சம் எடுத்தெறிஞ்சி பேசுவாரு... ரொம்ப வாய்!"

"அவருக்கு எத்தனப் பசங்க?"

"நாலு ஆம்பளைங்க. ரெண்டுப் பெண்ணுங்க. ஒருத்தன் வாலிப வயிசுலியே செத்துட்டான். மித்தவங்க அல்லாரும் கல்யாணம் கட்டினு, நெலம் நீச்சுன்னு நல்ல நெலையில கீறாங்க சார்"

"அந்தத் தவனம் வளக்குற மருமக எப்பிடி?"

“ஏன் சார் அத்த மட்டும் குறுப்பா கேக்கறீங்க?”

“சும்மாதான்! எல்லாரும் தவனம் வளப்பாங்களா? கொஞ்சம் கலாரசனையிருந்தா, கண்ணும் கொஞ்சம் அப்பிடி இப்பிடின்னு தான் பாக்கும், அதான்!”

“அதென்னாவோ மெய்யி சார். ஆனா ரெட்டியோட இல்ல! ஊட்லயே உன்னொன்னோட தொத்திக்கிச்சி. அப்ப ஊட்டையும், நெலத்தையும் பாகங்கூட பிரிக்கல. அல்லாரும் ஒன்னாயிருந்தாங்க!”

சிட்டிக்கி ரெட்டியை, ஐடியா சினாய் பார்க்கப் போனபோது, அவர் மாட்டுப் பட்டியின் சுவரில் நன்றாக சாய்ந்து உட்கார்ந்து பீடியை இழுத்துக் கொண்டிருந்தார். மனிதர்கள் ஓய்ந்து உட்கார்ந்து பேசுவதற்கு ஏற்ற வாத்சல்யத்துடன் அந்த மாலை மங்கத் தொடங்கிருந்தது.

“சொக வாழ்க்கையா உனுக்கு மாமா!”

“வாடா மயிரு! நீ சொன்னாலும் சொல்லல்னாலும் அப்பிடித்தான்! ஒக்காரு!”

“அறுக்க முட்டாதவளுக்கு அறுவா கோணயாம்! நீ கட்சியா வெச்சினு இர்ந்தத, என்னா செஞ்ச? சும்மா தடவிட்டு கையத் தொடச்சினு தானே வந்த?”

“ஆமா, நீ தான் வந்து லாண்டின் புடிச்ச. டேய் பையா என் வாயக் கெளப்பாத!”

“சரி, அத்த உடு. மத்தியானம் சாப்பாடு ஆச்சா?”

“எதோ ஆச்சி. எங்கடா கவனிக்கிறாளுங்க? ஊட்ல மூனு அடுப்பு. மூனு பொழப்பு. மூனு வேளைக்கி, மூனு பேரும் மாறி மாறி சாப்பாடு குடுக்கணும். பாகம் போட்டப்போ பேசி முடுவு பண்ணாங்க. அப்ப தீர்மானம் செஞ்சதோட சரி. அப்பால எவுளும் கவனிக்கிறதில்ல. எவனும் கேக்கறதுமில்ல”

“சும்மா சொல்லாதையா. பாக்கற எடமெல்லாம் இப்பிடி சொல்லி வெச்சியானா, உம்புள்ளைங்க மரியாத என்னாகறது? ஓசிச்சி பாரு”

“என்னாடா ஓசிக்கிறது? ஈசிக்கிறது? இவனுங்க மரியாதையும், இவுளுங்க மரியாதையும் எனுக்கல்லவா தெரியும்? கமகமன்னு சும்மா மணமா தவனம் வளக்குறா பாரு? அவ, லேசு பட்டவக் கெடையாது. பெரியவனுக்கு கட்டிணு வந்த கொஞ்ச காலத்துலயே சின்னவனத் தொத்திணுக்கீறா. இது நமுக்குத் தெரியல. ஒங்க அத்தைக்கே கூடத் தெரியலேன்னா பாத்துக்கோடா. ஒருநாளு எப்பிடியோ தெரியவந்து, எங்காளுங்க கமுக்கமா பஞ்சாயத்தக் கூட்டிட்டானுங்க. நாங்க இங்கக்கீறதே பத்து ஊடுதான? பெரிய ரெட்டி ஊட்டுக்குள்ள பஞ்சாயத்து நடக்குது. அவன் பெரியவன் என்னாடான்னா கொல்லிக்கி வாங்கி வெச்சிருந்த பாலிடாயில எடுத்து வெச்சிக்கிணு, ‘எம் பொண்டாட்டிய இதுமாதிரி எப்பிடி சொல்லப் போச்சி? நான் சாகறேன்!’ அப்பிடின்னு ஊட்டுக் கொல்லியில போயி ஒக்காந்துணு அழறான். அவ என்னாடான்னா வாயே தொறக்காம அமுத்தமா நிக்கிறா. கடைசில பெரிய ரெட்டி என்னா சொல்லிட்டான் தெரியுமா? ‘இனிமேல்டுக்கு இந்த மாதிரி மானக்கேடு வராம நடந்துக்கோங்க. ஜாதி பஞ்சாயத்துக்கு அபராதமா அம்பதாயிரம் கட்டுங்க. அது வரைக்கும் தப்பு செஞ்ச பொண்ணு உள்ளயே கெடக்கட்டும்’ன்னு சொல்லி, அவள இளுத்துணு போயி ஒரு ரூம்ல தள்ளி பூட்டிட்டான். நின்ன நெலையில அவ்ளோ துட்டுக்கு எங்கடா போறது சினாய்? நீ தான் ஐடியா குடுக்கிறவனாச்சே, சொல்றா!”

“ஊங்கிட்ட இல்லாத பணமா மாமா?”

“ஆமா... ஊர ஓ...தப் பணம்! நேரா கீழ டவுனுக்குப் எறங்கிப் போயி, வாழத்தாரு போடற மண்டி சாயபு கிட்ட வாங்கிணு வந்து ஜாதி பஞ்சாயத்துல குடுத்து அவள மீட்டுணு வந்தேன். இப்ப அவ என்னாடான்னா ஒரு வாய் சோத்துக்கு அத்தினி பேச்சு பேசறா”

விவரித்துக் கொண்டே வந்த ஐடியா சினாய் ஞானகம்பீரத்தை ஒரு கணம் திடுக்கிட்டுப் பார்த்தவாறு நிறுத்தினார்.

“சார், இப்பதான் எங்கெவனத்துக்கு வருது. அந்த மருமக தான் ரெட்டியார கொல்லாம உட்றதில்லன்னு மெறட்டுச்சி!”

“நிதானமா யோசிச்சி சொல்லுங்க”

“ரெட்டியும் நானும் மாட்டுப்பட்டியில ஒக்காந்துணு பேசிணு இருந்தோம் பாரு, அப்ப இந்தப் பொண்ணு டீ போட்டு எடுத்துணு வந்திருக்குது. பேச்சு மயக்கத்துல நாங்க ரெண்டு பேரும் இதக் கவனிக்கல. அது, டீ கிளாச அப்பிடியே செவுத்துல அடிச்சப்ப தான் ஆளு நிக்கிறதே தெரியுது! ‘ஊரு முளுசும் இப்பிடிச் சொல்லி எம்மானத்த வாங்கறயாடா? உன்ன கொல்லாம உட்றதில்லடா’ன்னு ஆத்தரத்தோட ஊட்டுக்குள்ள போச்சி”

“கோவத்துல அப்பிடி பேசியிருப்பாங்க”

“இல்ல. நானு மெதுவா, ஊட்டுக் கொல்லப் பக்கம் போயி மறஞ்சி நின்னு கேக்கறேன். அது, தவன செடியாண்ட நின்னுக்கிணு அதுந்தம்பி கிட்ட அளுந்துக்கிணே போன்ல பேசுச்சி!”

“என்னான்னு?”

“நானு சோரம் போனவன்னு ஊரு முழுக்க எம்மாமனாரு சொல்லிணு திரியிறான்டா தம்பி! ஒன்னு, நீ அவன வந்து கொல்லு. இல்ல, நான் தூக்குல தொங்கறேன்”

ஐடியா சினாய் பேசப்பேச, சிட்டிக்கி ரெட்டியின் வாழ்க்கைச் சித்திரமொன்று ஞானகம்பீரத்துக்கு பிடிப்பட்டதைப் போலிருந்தது. ரெட்டியின் நண்பர்கள், அவர் சந்திக்கும் மனிதர்கள், போகும் இடங்கள், வழக்கமாக உட்கார்ந்து பொழுதைக் கழிக்கும் இடங்கள், எதிர்கொண்ட சிக்கல்கள் என்று அங்கிருந்து புறப்படுவதற்கு முன் அனைத்தையும் ஞானகம்பீரம் குறித்துக் கொண்டான்.

3

பிற்பகலின் தொடக்கத்தில் மேல்கொல்லை மலையடிவாரத்தில் நின்றபடி ஞானகம்பீரம் யோசித்தபோது, அந்தச் சிறு நகரமே விரும்பத் தகாததொரு நாற்றத்தின் பிடியில் வாழ்ந்து கொண்டிருப்பதாகத் தோன்றியது.

தோல்களைப் பதப்படுத்துகிறார்கள். தோல்களை மெல்லிய ஏடுகளாய்ப் பிரிக்கிறார்கள். குமட்டும் வேதிநாற்றத்தை வெளிப்படுத்தும் வண்ணக்கலவை பூசப்பட்ட தோல்துண்டுகளை

சாலையோரங்களிலேயே காயவைக்கிறார்கள். துண்டுத் தோல்களை எரித்து எதையோ காய்ச்சுகிறார்கள். நகரின் கழிவுநீர்க் கால்வாய்களில் தொழிற்சாலைக் கசடுகளும் கலந்தே ஓடுகின்றன. நகரின் தெருமுனைகள் தோறும் வகைவகையான அசைவ உணவுக் கடைகள் கண்ணுக்குத் தெரிகின்றன. கடைகளுக்குள் இடத்தை காலியாக விட்டு விட்டு, உணவை வாசலில் வைத்து தூசும் மண்ணும் படிய விற்கிறார்கள். ஆனால் அந்தச் சிறுநகரைத் தாண்டியதும் சடாரென முற்றிலும் வேறொரு இயற்கையின் வனப்புலகம் விரிகிறது. எல்லாமே அவனுக்கு வியப்பைக் கூட்டின.

இன்ஸ்பெக்டர் எங்கோ செல்ல வேண்டும் என்று சொன்னதால், ஒரு காவலர் அவனை வண்டியில் அழைத்துவந்து அந்த இடத்தில் விட்டுச் சென்றிருந்தார். அங்கு மலைப் பிளவுகளிலிருந்து நீரோடி கணவாய் போன்றதொரு நிலத்தோற்றம் உருவாகியிருந்தது. அந்தக் காட்டோடையை விடுத்து பிற இடங்களில் மாந்தோப்புகள் தெரிந்தன. சற்றுத் தொலைவில் பெரும் செம்மண்மேட்டை மண் வணிகர்கள் சரித்து வைத்திருந்தனர். அது மழைக்கு அறுபட்டு, மேற்பரப்பு நெளிந்தும் குழைந்தும் வினோத வடிவங்களை உருவாக்கியிருந்தது.

தொலைவில் சிறுநகரின் கட்டடங்கள், பெரும் ஓவியத் திரைச்சீலையில் சுண்ணத் தீற்றலைப் போலத் தெரிந்தன. வானம் பிசிறின்றி நீலமாக இருந்தது. அவன் மையமின்றி எதையெதையோ எண்ணிக் கொண்டிருக்கையிலேயே இருசக்கர வாகனம் ஒன்று அவனைக் கடந்தது. அவன் அவரை அழைத்து நிறுத்தினான்.

“மேல்கொல்லைக்கு போகணும். கொஞ்சம் வந்துறட்டுங்களா?”

“கொஞ்சம் என்ன, ரொம்பவே வாங்க!”

இலேசான புன்னகையுடன் அவர் சொன்னது உரையாடலுக்குத் தோதாக இருந்தது. மூன்று சுற்று மேட்டை ஏறுவதற்குள் வண்டி உறுமியது. அதன் உறுமல் நிற்கட்டும் என இருவரும் பேசாமல் இருந்தனர். சமநிலப்பகுதிக்கு வந்த பிறகு ஞானகம்பீரம் தொடங்கினான்.

“சாருக்கு மேல்கொல்லையா? இல்ல, கீழ டவுனா?

“எனக்கும் மலதான் சார். மேல்கொல்லை பக்கத்துல கீழ்க்கொல்லை. ரெவினியூ ஆபீஸ்ல கிளார்க்கா இருக்கிறேன். இப்ப ஆபீசுக்கு போயிட்டு ஒரு வேலைன்னு பாதியிலே வர்றேன். மெயின் கிராமமான மேல்கொல்லையிலேருந்து காட்டு வழியில ரெண்டு கிலோ மீட்டர் போனாதான் எங்க ஊரு வரும். கரடுமொரடான பாத. ரோடு போடலாம்னா, பாரஸ்டுக்காரன் வேணான்றான். நம்மளோடது, கூப்பிடும் போதெல்லாம் ஓடவேண்டிய வேல. அதான், கொஞ்சம் சுளுவா இருக்கட்டுமேன்னு மேல்கொல்லைக்கே வீடு கட்டிணு வந்துட்டேன்”

“மேல்கொல்லையில வீடு எங்க?”

“இப்ப செத்துப் போகல? சிட்டிக்கி ரெட்டி? அவர் வீட்டுக்கு ோரா பின்னாடித் தெருவுல. ஆமா நீங்க சார்?”

“எனக்கு மெட்ராஸ். ஆனா, பூர்வீகம் டவுன்தான். இப்ப டவுன்லர்ந்துதான் வர்றேன். இங்க நெலம் ஒன்னு வியாபாரத்துக்கு வர்றதா சொன்னாங்க. அதனால பாத்துணு போலாம்னு வந்தேன். நீங்க இப்ப ஒருத்தரோட பேரச் சொன்னீங்களே? அவரோட நெலந்தானாம்”

“பாத்து வாங்குங்க சார். அந்தாளுக்கு அங்கங்க நெலம். தொடுப்புங்க வேற. புள்ளைங்களுக்கு பாகமும் பிரிச்சிட்டாங்க. இருந்த வரைக்கும் அந்த ஆளும் கொஞ்சம் சரியில்லாதவராதான் இருந்தாரு”

“என்ன சொல்றீங்க?”

“ஆமா சார். பாத்தா நல்லவர் மாதிரி தெரியறீங்க. வீணா வெவகாரத்துல போயி சிக்கிக்கப் போறீங்க”

“ஒன்னும் புரியல சார்”

“அந்தாளுக்கு எல்லார் கூடயும் விரோதம், சண்டை சார். எனக்குத் தெரிஞ்சி, பக்கத்து நெலத்துக்காரரோட ரொம்பநாள் சண்டையிருந்துச்சி. ஏதோ வழி பிரச்சினைன்னு சொன்னாங்க. வெட்டுக் குத்தாகி, கோர்ட்டு கேசுன்னெல்லாம் போனாங்க. அப்புறம் அந்தாளுக்கு ரொம்ப ஜாதி வெறி வேற சார்”

“அப்பிடியா?”

“ஆமா சார். இந்த மாதிரி ஆளுங்களாலதான் சார் நம்ம நாடு இன்னுமே இப்பிடி இருக்குது! நான் மேல்கொல்லையில வந்து வீடுகட்டத் தொடங்குனப்போ, ரெவின்யூல வேலசெய்யறேன்னு தெரிஞ்சிக்கிட்டு அடிக்கடி வந்து ஒக்காந்து பீடிய பிடிச்சிக்கிணு பேசினேயிருப்பான். ஒருநாள் இருந்த மாதிரியே இருந்து, ‘உங்காளுங்கெல்லாம் படிக்கப் போயிதாம்பா எங்களுக்குக் காலமில்லாமப் போச்சி’ன்னு சொன்னான்! அந்தாளு, இந்தாளுன்னு சொல்லி எங்கிட்டா பேசினா நமக்கு சுத்தமா பிடிக்காது! எனக்கு வந்துச்சி பாரு கோவம். ‘ஒழுங்கா போயிடு பெரியவரே. இல்லேன்னா கட்டுக்கல்ல தலமேல போட்டு சாகடிச்சிடுவேன்’னு கத்திட்டேன். நான் கத்தினத கேட்டு சுத்துப் பக்கமிருக்கிற, ஆளுங்கக்கூட என்னவோ ஏதோன்னு வந்து நின்னுட்டாங்க!”

“ரொம்பக் கோபப்படுத்தியிருக்குறாரு”

“ஆமா சார்னா! எப்பவாவது இப்பிடி டவுனுக்குப் போயி, அந்தாளுக்கு லிஃப்ட் குடுக்க சந்தர்ப்பம் வரும்போதெல்லாம், மலமேலேர்ந்து தள்ளிவிட்டுடலாமான்னு கூடத் தோணும்”

“அவ்ளோ எரிச்சலா?”

“பின்ன இருக்காதா சார்? அந்த ஆளோட நெலத்துல எங்க வீட்டு ஜனங்க அப்போ போயி வேல செஞ்ச கதையையே பாக்கும் போதெல்லாம் எங்கிட்ட வேணுமின்னே பேசுவான். நான் போகும் போதும், வரும்போதும், டீக்கடையில ஒக்காந்துக்கிட்டு, ‘எங்கூட்டுல களி வாங்கித் தின்னுனிருந்த நாயிங்க. அதுங்கப் புள்ளைக்கு வந்துக்கிற வாழ்வப் பாத்தியா?’ன்னு சொல்லினே இருப்பானாம். ஊராளுங்க எங்க ஆபீசுக்கு வரும்போதெல்லாம் எங்கிட்ட சொல்லுவாங்க”

பேசிக்கொண்டே சென்றதில் மேல்கொல்லை தேநீர் கடை வந்துவிட்டிருந்தது. இறங்கிக் கொள்வதற்கு முன்னால், ஞானகம்பீரம் மறக்காமல் அவருடைய பெயரைக் கேட்டான்.

“அப்பன் ராஜ் சார்... பாத்து வாங்குங்க... வரட்டுங்களா?”

அவருக்கு நன்றி சொல்லிவிட்டு தேநீர் போடுகிறவரை பார்த்தான் ஞானகம்பீரம். அவர் பழக்கமானவரைப் போல புன்னகை செய்தார். தேநீர் சொல்லிவிட்டு ஐடியா சினாய் வரவில்லையா எனக் கேட்டுக் கொண்டே மரபெஞ்சில் உட்கார்ந்தான். கோல்டு ஃபிளேக் ஃபில்டரை பற்றவைத்து முதல் புகையை ஊதிவிட்டு திரும்பிய போது, கடைக்கு சற்றுத்தள்ளி போடப்பட்டிருக்கிற கல்லிருக்கையில் நடுவயதைக் கடக்கும் பெண் ஒருவர் சிறுவனை மடியில் வைத்துக்கொண்டு உட்கார்ந்திருப்பதைப் பார்த்தான். தேநீரை பவ்யமாக ஞானகம்பீரத்திடம் நீட்டிக்கொண்டே கடைக்காரர் சொன்னார்.

“இங்க தான் ஒக்காந்துனு இருந்தான் சார். தினியும் வருவான்”

“அந்தம்மாவுக்கும், பையனுக்கும் டீ போட்டுக்குடுங்க”

நடுவயதுப் பெண் அதை மறுத்தபோது கடைக்காரர் திட்டினார். அவர் ஞானகம்பீரம் யாரென்பதை சொன்னதும் அந்தப் பெண் விறைப்பாகி கோபத்துடன் பார்த்தார்.

“செத்தவன் நல்லவனா இருந்தா விசாரிச்சி தண்டன குடுக்கலாம். அவந்தான் ஒன்னாம் நம்பர் பொறுக்கியாச்சே. அப்பிடியே யாரு என்னான்னு தெரியாமயே போட்டும்னு உடவேண்டியது தானே? என்னாத்துக்கு இப்போ நூசு கீசுன்னு?”

கடைக்காரர் கொடுத்த தேநீரை அவர்கள் இருவரும் குடித்து முடிக்கும் வரைக்கும் காத்திருந்துவிட்டு, அந்தப் பெண்ணின் முகத்துக்கு நேராகத் திரும்பி உட்கார்ந்தவாறு, அவர் பேசுவதை பார்த்தான் ஞானகம்பீரம். சிறுவனின் வாயை அழுந்தத் துடைத்துவிட்டுக் கொண்டே நியாயம் ஒப்படைப்பதைப் போன்று அவர் பேசினார்.

“இந்தப் புள்ளைக்கி என்னா வயிசு இருக்கும்னு நீயே சொல்லு? ஒரு ஆறு இருக்குமா? இது போயி அந்தாளு ஊட்டுல நொழஞ்சி துட்டு திருடுச்சாம். இது எதானா நம்பற மாரியா கீது சொல்லு? வாழ்ந்து கெட்டவனாச்சே, ஒரு காலத்துல நாம செஞ்ச வேலைக்கி நமுக்கும் கூலி அளந்துக்கிறானே, அப்பிடின்ற மரியாதையில அவன ஊட்டாண்ட சேத்தோம் எப்பா. எங்கூட்டாண்டயே வந்து வேப்ப மரத்தடியில போட்டு வெச்சிக்கிற கயித்துக் கட்டில்ல ஜிலுஜிலுன்ற காத்துல நல்லா படுத்துக்குவான். குடிச்சிட்டு கூட

வருவான். பாட்டுப் பாடுவான். இந்தப் புள்ளையும் 'தாத்தா தாத்தா'ன்னு ஒட்டிக்கும். எம்மருமவக்கிட்ட தண்ணி கிண்ணி வாங்கிக் குடிப்பான். அப்பிடி இருந்த ஆளு, திடீர்னு ஒருநாள் பழி சொல்லுவானா? மாட்டுப் பட்டிக்கு பக்கத்துல கீற அந்த ஆளோட ரூம்புல நொழஞ்சி இந்தப் புள்ள ரெண்டாயிரத்த எடுத்துணு வந்துட்டானாம்!"

"இது அநியாயமா தெரியுதே"

"ஆமா எப்பா. அதோட நிக்கல! அதுக்கப்பறம் எங்கூட்டுப் பக்கமா வர்றப்பல்லாம், இந்தக் கொழந்தையை பாக்கிறப்பவெல்லாம் அசிங்கமா திட்டுறது, சபிக்கிறது இப்பிடியே ரொம்ப நாளைக்கி நடந்துக்கிணான். இந்தக் கொழந்தையோட அப்பங்கீறானே எம் பையன், அவனும் பொறுத்துப் பொறுத்து தான் பாத்தான். மொதல்ல 'ஊட்டாண்ட வராதன்னு' கட்டுமானம் பண்ணிட்டான். அப்புறமா ஒரு நாள் புடிச்சி நல்லா ஒதைச்சிப் புட்டான். நாங்கல்லாம் போயி தடுக்கலேன்னு வெச்சிக்கோ, பாறங்கல்லுலியே அவந்தலைய நசுக்கி சப்பையாக்கிட்டு இருப்பான். அவ்ளோ ஆத்தரம் வந்துடுச்சி அவுனுக்கு. பின்ன, புள்ளைய திருடன்னு சொன்னா எந்த அப்பங்காரன் தான் சும்மா இருப்பான், சொல்லு எப்பா?"

"ரெட்டியோட புள்ளைங்க எதுவும் கேக்கலையா?"

"அவனுங்க அந்தாளுக்கு கஞ்சியே ஊத்துறதில்ல. அப்புறம் இதப்போயி அவங்க என்னான்னு கேக்கறது? அந்தாளுக்கு மானாரி ஜாதி வெறி எப்பா. மானாரி ஜாதிவெறி. நாங்க தான் திருடங்களாம். எங்களுக்குத்தான் திருடத் தெரியுமாம். அவங்காளுங்களோ, பிறத்தியாரோ எதுவும் செய்ய மாட்டாங்களாம். அவங்க ரொம்ப நல்லவங்களாம். இப்பிடின்னு சொன்னா நால்லாக்கீதா? அந்தாளோட ஒடம்புலயும், ரத்தத்திலியும் அக்கு அக்கா ஜாதி வெறி ஊறியிருந்துச்சி எப்பா"

"சார் கிட்ட சும்மா தேவையில்லாத்தெல்லாம் பேசாத"

தேநீர் போடுகிறவர் அதட்டினார். ஆனாலும் அந்தப் பெண் பேசுவதை நிறுத்தவில்லை. தன் பேரனைத் துக்கிக்கொண்டு அவர் எழுந்தபோது, மறக்காமல் அவரிடமும் பேரைக் கேட்டான்

ஞானகம்பீரம். அவர் அவனுடைய முகத்தைக்கூட திரும்பிப் பார்க்காமல் சொல்லிவிட்டுச் சென்றார்.

"சின்னாமா"

அந்தப் பெண் போவதையே ஞானகம்பீரம் பார்த்தபடி இருந்தபோது, ஐடியா சினாய் கடையை நோக்கி வந்துக் கொண்டிருந்தார்.

4

ரெட்டியின் வீடு குளுமையாக இருந்தது. சாமி அறைக்கு அருகிலுள்ள நடைவழியில் போடப்பட்டிருக்கும் மரசோபாவில் ஞானகம்பீரம் உட்கார்ந்திருந்தான். அவன் முன்னால் மட்டமேசையில் வைக்கப்பட்டிருந்த காபியிலிருந்து மணமும், ஆவியும் ஒருசேர பரவியது.

"நெலத்தையும், வீட்டையும் பாகம் பிரிக்கிற தாகராறுல நீங்க ரெண்டு பேரும் உங்கப்பாவ கொல்லப் பாத்தீங்களாமே?"

"அய்யோ, அப்பிடியெல்லாம் இல்ல சார்"

எதிரில் உடலை ஒடுக்கி நின்றிருந்த ரெட்டியின் பெரிய மகனும், அதற்கடுத்தவனும் ஒரே சமயத்தில் பதறினார்கள். அவர்களிருவரின் மனைவிகளும் சற்றுத் தள்ளி நின்றிருந்தனர்.

"சொத்துப் பிரிக்கிறதில சண்ட வராம இருக்காது தானே சார்? அந்த வாக்குவாதத்துல, உன்ன சாகடிச்சிடுவன்னு அவரு சொல்லிட்டாரு! அதுக்காக பெத்தத் தகப்பன புள்ளைங்க கொல்லுவாங்களா சார்?"

மென்மையான குரலில் பதற்றமில்லாமல் திடீரென்று பேசிய பெண்ணை ஞானகம்பீரம் ஏறிட்டுப் பார்த்தான். பேசியவர்தான் தவனம் வளர்ப்பவரா என்ற குழப்பத்துடன் நடைவழியில் தரையில் உட்கார்ந்திருக்கிற ஐடியா சினாயைப் பார்த்தான் ஞானகம்பீரம். அவர் பார்வையாலேயே ஆமாம் என கண்சாடை காட்டினார். ஞானகம்பீரம் அந்தப் பெண்ணை மீண்டும் குறிப்பாகப் பார்த்த கணத்தில், ரெட்டியின் பெரிய மகனும் அவளையே ஆத்திரம் பொங்கப் பார்ப்பது தெரிந்தது.

"அப்பிடியெல்லாம் ஒன்னுமில்ல சார்"

"நாங்களே பெத்தவர எழந்த சோகத்துல இருக்கறோம். நீங்க எங்கக் கிட்டயே வந்து விசாரிக்கிறீங்களே சார்?"

"நீங்க விசாரிச்சி என்னா முடிவு பண்றீங்களோ பண்ணிக்குங்க. யார வேணும்னாலும் புடிச்சிணு போங்க. ஆனா, இதுலேர்ந்து எங்கள மட்டும் கழட்டி வுட்டுடுங்க"

"அதுக்கு எதானா செய்யணும்னா கூட செஞ்சிக்கலாம்"

ரெட்டியின் இரண்டு மகன்களும் மனப்பாடக் கவியை ஒப்படைப்பது போல் மாறி மாறி பேசினார்கள். அவர்கள் பேசுவதை காபியை அருந்தியவாறே கேட்டுக் கொண்டிருந்த ஞானகம்பீரம் கோப்பையை ஓசையெழுப்பாமல் வைத்துவிட்டு உறுதியாகச் சொன்னான்.

"அப்படின்னா, நீங்க எல்லாருமே சேந்துதான் அந்தப் பெரியவர கொல செஞ்சிருக்கிறீங்க?"

"சார்"

அவர்கள் நான்கு பேரும் சேர்ந்து கத்தினார்கள். ஞானகம்பீரம் கடுமையான பார்வையால் அவர்களை நோக்கினான்.

"விசாரணைக்கு ஒழுங்கா ஒத்துழைக்கணும். பேரம் பேசறதோ, எதிர்த்துப் பேசறதோ கூடாது. கொலைய நீங்க செய்யலேன்னா, கழட்டி உடுங்க, எதானா செஞ்சிக்கலாம் அப்படின்னெல்லாம் எதுக்கு பேசறீங்க?"

ரெட்டியின் பெரிய மகன் ஞானகம்பீரத்தின் காலில் விழ வந்தான். அதை அவன் கடுமையாக ஆட்சேபித்து, எல்லாரையும் தன்னெதிரே நாற்காலி போட்டு உட்காரச் சொன்னான்.

"மொதல்ல, உங்களுக்கு இருந்த நெலத்தகராறு, மத்த வெவகாரங்கள் மொத்தத்தையும் ஒன்னுவிடாம சொல்லுங்க. யார் மேலயாவது சந்தேகம் இருந்தாலும் சொல்லுங்க"

"நெலத்தகராறு ஒன்னே ஒன்னுதான் சார். வேற எதுவுமில்ல. காட்டோரத்துல நம்முடையது பத்து ஏக்கர் நெலமிருக்குது. பக்கத்துல ஒருத்தருக்கு பத்து ஏக்கர் இருக்குது. அவரு வேற

யாருமில்ல. எங்களுக்குப் பங்காளிதான். அப்பாவோட அண்ணன் மகன். எங்க ரெண்டு நெலத்துக்கும் போய்வர ஒரே வழி. பொது வழி. ஒரு நாள் திடீர்னு அந்தப் பொது வழிய, அவங்களுக்குச் சொந்தம்னு சொல்லி ராத்திரியோட ராத்திரியா இரும்பு கேட்டு ஒன்ன வச்சி அடச்சிட்டாங்க. நாங்க இத தட்டிக் கேட்டோம். அந்தக் கேட்டை புடுங்கி சாச்சதுல அந்த நெலத்துக்காரன் மேல உழுந்து தலையில அடிபட்டுடுச்சி. அவம்போயி ஆஸ்பத்திரியில அட்மிட் ஆகி, எங்க மேல கொலக்கேசு குடுத்துட்டான். அந்தப் பிரச்சின பைசல் ஆகறவரைக்கும் நாங்க கோர்ட்டுக்கு போயிணு இருந்தோம். இது சம்பந்தமா டவுன் ஸ்டேஷன்ல கூட கேட்டுப் பாருங்க. ரெக்கார்டு இருக்கும். மத்தபடி இங்க எங்களுக்கு யாரோடயும் எந்தப் பிரச்சினையும் கெடையாது. எங்களுக்கு யார சந்தேகப்படறதுன்னும் தெரியில!"

சிட்டிக்கி ரெட்டி வீட்டுக்குள்ளே உட்கார்ந்திருந்த சமயத்தில் எங்கோ போய்விட்டு வந்த பெரியமகன் அவரை வெளியே துரத்தினான்.

"பெத்தப் புள்ளைங்களுக்கும், ஊட்டுக்கும் தெரியாம யாருக்கு அஞ்சு ஏக்கர் நெலத்த எழுதி வச்சியோ அவங்க வீட்டுக்குப் போ"

"உம் பொண்டாட்டிய நான் ஓ...க, நானு எதுக்குடா போகணும்? இது நான் சம்பாதிச்ச சொத்து. நீ வெளியில போடா"

முற்றத்தில் கிடந்த அம்மிக்கல்லை தூக்கிக்கொண்டு தன் அப்பாவை நோக்கி ஓடினான் பெரியமகன். அதைப்பார்த்து வீட்டிலிருப்பவர்கள் எல்லாரும் கத்தினார்கள். ரெட்டியின் இன்னொரு மகன் ஓடிவந்து தன் அண்ணனிடமிருந்து கல்லைப் பிடுங்கினான். கல் கீழே போனதற்குப் பின்பு எல்லாரும் சேர்ந்து ரெட்டியைத் திட்டத் தொடங்கினார்கள். ரெட்டியும் பதிலுக்கு அசிங்கமாகவும், அருவருப்பூட்டும் வகையிலும் அவர்களைத் திட்டினார். ஐடியா சினாய் வந்து ரெட்டியை வெளியில் அழைத்துப் போகிற வரைக்கும் சொற்போர் நடந்து கொண்டே இருந்தது.

ஐடியா சினாய் விவரித்தபடியே சைக்கிளை உருட்டிக்கொண்டு ஞானகம்பீரத்தோடு நடந்து கொண்டிருந்தார். மேல்கொல்லை

அடிவாரத்துக்கு அவர்கள் வந்து சேர்ந்தபோது மாலை மங்கிக்கொண்டு வந்தது. காட்டோடையை ஒட்டியபடி கிளை பிரிந்துச் செல்லும் மண்பாதையில் இருவரும் நடந்தார்கள்.

சற்றுத் தொலைவிலேயே மட்டப்புற்கள் மண்டிய சமவெளி ஒன்று தென்பட்டது. அந்தப் பரந்த வெளியெங்கும் பிளாஸ்டிக் குவளைகளும், தாள்களும், மதுக்குப்பிகளும் நிறைந்து கிடந்தன. தள்ளுவண்டியிலிருந்து கறி பிரட்டும் மசாலா வாடை எழும்பியது. அங்கங்கு ஆட்கள் அமர்ந்து மது அருந்திக் கொண்டு இருந்தார்கள். தனி இடமாகப் பார்த்து ஒரு பாறை அருகில் உட்கார்ந்த பிறகு ஞானகம்பீரம், தனக்கு வேண்டியதை வாங்கி வரச்சொல்லி ஐடியா சினாயை அனுப்பிவைத்தான்.

“எனக்கு மெக்டவுல்ஸ் பிராண்டி குவார்டர். அதே மெக்டவுல்ஸ் சோடா. உனக்கு என்னா வேணுமோ வாங்கிக்க. கறி நல்லா இருந்தா பாரு. இல்லேன்னா வெறும் ஊறுகா போதும். யாருக்கு, எதுக்குன்னெல்லாம் அங்க சொல்லிணு இருக்கக் கூடாது. புரியுதா?”

“அய்யோ சார். அப்பிடியெல்லாம் எதுவும் பேசமாட்டேன்”

பறவைகளின் சத்தம் அதிகமாகக் கேட்டது. துரிஞ்சி மரங்களும், சீத்தாச் செடிகளும், சீக்கைக் கொடிகளுமாக மலையடிவாரம் மண்டியிருந்தது. சினாய் வந்ததும் எதிரே உட்காரச் சொல்லிவிட்டு, மதுவையும் சோடாவையும் முதலில் ஞானகம்பீரம் தனக்குக் கலக்கிக் கொண்டான். முதல் மிடறை விழுங்குவதற்குள் சினாயிடத்தில் கேட்டான்.

“பேசாம, நீ தான் இந்தக் கொலைய செஞ்சேன்னு கேச முடிச்சிடட்டுமா ஐடியா?”

“ஐயோ சார்... சாமீ அப்பிடி எதுவும் பண்ணிடாதீங்க. நா ஒரு அப்ராணி. புள்ளக் குட்டிக்காரன் வேற!”

“பயப்படாதயா. சும்மா சொன்னேன். தைரியமா குடி”

முதல் சுற்றிலேயே ஞானகம்பீரம் விரைப்பாகி இருப்பது போல் ஐடியா சினாயின் கண்களுக்குத் தோன்றியது. அவர் எதிரிலிருந்த

மதுவின் போதையை ஞானகம்பீரம் சற்றே நீர்த்துப் போகச் செய்து விட்டிருந்தான். அவர் ஞானகம்பீரத்தையே பார்த்தார்.

“இந்த ரெட்டி கேசுல எதுவுமே பிடிபடல ஐடியா. தவனம் வளக்குற மருமகளா, அவளோட தம்பியா, பெரிய மகனா, அப்பன் ராஜா, சின்னம்மா மகனா, இல்ல நெலத் தகராறுல கேஸ் போட்ட பங்காளி மகனா, முகந்தெரியாத ஆளா, ரெட்டிய யாரு கொன்னிருப்பாங்க?”

பரிதாப முகத்துடன் இரண்டாவது சுற்றை குடிக்காமல் வைத்திருந்தார் ஐடியா சினாய். அதற்குள் எல்லாவற்றையும் குடித்து முடித்திருந்த ஞானகம்பீரம் மெல்ல பின்னால் நகர்ந்து பாறையில் சாய்ந்தான். ஒரு கோல்டு ஃபிளேக் ஃபில்டரை எடுத்து பற்றவைத்து ஆழமாக புகையை இழுத்து வானத்தை நோக்கி ஊதினான்.

கழுத்தும் காதும் அறுபட்டு, வன்புணர்ச்சிக்கு உள்ளாகி கொல்லப்பட்ட பெண்ணின் கொலையை விசாரிப்பதற்காக அவன் மேல்கொல்லை கிராமத்துக்கு வந்தபோது நடுப்பகல் ஆகியிருந்தது. ரெட்டியின் கோட்டை வீடு இருக்கும் தெருவில் ஆட்கள் யாரும் இல்லை. மலையின் அமைதியில் மேல்கொல்லை கிராமம் ஆழ்ந்த பகலுறக்கத்தில் கிடந்தது. பீடியைப் புகைத்துக் கொண்டு அவனை ஏறிட்டார் சிட்டிக்கி ரெட்டி.

“ஊட்டப் பூட்டிக்கினு எல்லாரும் நெலத்துக்குப் போயிக்கிறாங்க. இன்னிக்கி நெல்லறுப்பு. வா அப்பிடி மாட்டுப்பட்டி நெகல்ல ஒக்காந்துனு பேசலாம்”

மாட்டுப்பட்டி சுவரில் சாய்ந்து உட்கார்ந்துக் கொண்ட சிட்டிக்கி ரெட்டி, அவனையும் ஒரு கட்டுக்கல்லை எடுத்துப் போட்டுக் கொண்டு எதிரில் உட்காரச் சொன்னார்.

“இங்க ஒரு மல கிராமத்துல, ஒரு அம்மாவக் கெடுத்து கொன்னுட்டதா சொல்லிக்கிட்டாங்க. அதப்பத்தி விசாரிக்கலாம்னு வந்தேன்”

“நீ யாரு?”

“நியூஸ் பேப்பர் ரிப்போர்டர்”

“அப்பிடியா? செத்தவளோட புருசன் சின்னாப்பவே உட்டுட்டு செத்துப் பூட்டான். அவளுக்கு ரெண்டு பசங்களாம். எதோ வெளியூர்லக் கீறானுங்களாம். என்னா வேலப் பாக்கறானுங்கன்னு நமுக்குத் தெரியில. அவளுக்கு கொஞ்சம் நெலம். அதுக்கோசரம் புள்ளைங்கக் கிட்ட போகாம இங்கியே இருந்துட்டுக்கீறா. அட, அந்தப் பொம்பளைய நானே வெச்சிருந்தேன்னா பாத்துக்குயேன்! காடு கழனியெல்லாம் எத்தினியோ தடவ பெண்டாண்டுக்கிறேன். அவ சாவப் போயி விசாரிக்க வந்துக்கிற? என் வயிசுக்கு இவ மட்லியுமில்ல. எத்தினியோ பொண்ணுங்க”

அவன் ஒரு கோல்டு ஃபிளேக் ஃபில்டர் சிகரெட்டை எடுத்துப் பற்றவைத்துக் கொண்டு சிட்டிக்கி ரெட்டியை கூர்மையாகப் பார்த்தான். அவர் இன்னொரு பீடியை எடுத்து புகைத்துபடியே தன்பாட்டுக்குப் பேசிக்கொண்டிருந்தார்.

“பொம்மினேட்டிங்க இப்பிடி அங்க இங்கன்னு அலபாஞ்சா எவங்கிட்டயாவது ஒருத்தங் கிட்ட மாட்டிணு சாகவேண்டியதுதான். என்னா சொல்ற? அப்பிடிதான் ஒருத்தி கீழ்கொல்லியில இருந்தா. இப்ப அங்க அவ இல்ல. எந்தொல்ல பொறுக்காம தான் புருசன் புள்ளைங்களோட ஊர உட்டுப் போயிட்டான்னு நெனைக்கிறேன்! நான் அவள வெச்சிட்டிருக்கிறதா அவ புருசங்காரங்கிட்ட போயி யாரோ சொல்லிக்கிறாங்க. ‘அவரு எங்கண்ணன் மாதிரி. எங்க வகுத்துப் பாட்டுக்கு கூலி அளக்கிறவர். அவரு அப்பிடி செய்யமாட்டார். அப்பிடியே இருந்தாலும், எங்கண்ணன் தானே? பரவால இருக்கட்டும்!’ அப்பிடின்னு ஆளுங்கக்கிட்ட சொன்னானாம். அவ்ளோ பயம். அவ்ளோ மரியாத. அவ எப்பிடி இருப்பான்னு நெனைக்கிற? கொஞ்சங் கருப்புதான். ஆனா செரியான ஒடம்பு! கொல்லி வேலைக்கு வந்தாளானா, அவள உடவே மாட்டேன். வேணா சாமி, வேணா சாமின்னு சொல்லுவா. ஆனா நான்...”

ஞானகம்பீரம் வெறி பிடித்தவனைப் போல சத்தமிட்டு மதுப்போத்தலை பாறையின் மேல் வீசியுடைத்தான். ஐடியா சினாய் அச்சத்தில் எழுந்து நின்றார். அவர் உடல் நடுங்கியது.

“ஏய் ஐடியா, ரெட்டிய யாரும் கொலப்பண்ணல. மாட்டுப்பட்டி செவுத்துமேல வெச்சிருக்குது பரு, கட்டுக்கல்லு, அது தலமேல உளுந்து அவன் செத்துட்டான். என்னா புரியுதா? நீ போயி, அந்த

மாட்டுப்பட்டி செவுத்துக்கு சுண்ணாம்பு அடிச்சிட்டு, தரைக்கு மணலப் பரப்பிவுடு. என்னா செஞ்சிட்றயா?"

மொத்த உடலையே சம்மதம் என்று அசைத்து நடுங்கினார் ஐடியா சினாய். ஞானகம்பீரம் அவர் பதிலை எதிர்பார்க்காமல் இருட்டில் நடந்துக் கொண்டிருந்தான்.

⊙

நினைவுப் பாதை

ஆலின் உலர்ந்த இலையொன்று சிமிரிலிருந்து காம்பு பிரிந்து அந்தர வெளியில் அசைந்தாடி மண்ணில் விழுந்து தவித்து அடங்கியது. உடனே காற்று ஓடிவந்து அதனை சீண்டி குதுகலித்தது. ஆலிலை கெஞ்சிப் புரண்டது. கருவறைக்குப் பின்னே புன்னை மரத்தடியிலிருக்கும் கல்லிருக்கையின் மேல் உட்கார்ந்திருந்த மைதிலியின் பார்வை எங்கோ நிலைகுத்தி இருந்தது. கரியதும் பெரியதுமான விழிகள். முகத்தில் கடுமை உறைந்து சற்றே பருத்த கன்னங்களையும் வட்டவடிவான முகத்தையும் விறைக்கச் செய்திருந்தது. ஒழுங்காக அள்ளி முடிக்கப்படாத நீண்ட கூந்தலின் முடிக்கற்றைகள் முகத்தில் புரண்டன. காற்று அவற்றை இழையிழையாக நெகிழ்த்தி ஆடியது. மைதிலி கூந்தல் இழைகளின் இடுக்குகள் வழியாகப் பார்த்தாள்.

அப்படியே நெடுநேரம் கல்லாய்ச் சமைந்து இருந்த அவள் முகத்தை எதுவோ சடாரென உரசிக் கொண்டு பறந்தது. விதிர்ப்புடன் உடல் சிலிர்த்து நோக்கினாள். எதிரில் அடர்ந்திருக்கும் ஆலின் கிளையில் சென்றமரும் வல்லூறு. அதன் அலகில் சிக்கித் தவிக்கின்ற சிற்றுயிரி எலி. அவள் அண்ணாந்து பார்க்கும் அதேகணம் எலியின் கீச்சிடலும், வல்லூறின் செட்டையடிப்பும் இணைந்து காதருகில் கேட்டு சுழன்று வியாபித்தன. சில கணம் மட்டுந்தான். அது அடங்கியதும் மீண்டும் மௌனம்.

அந்தக் கோவிலுக்கு அவர்கள் வந்து சில நாட்கள் ஆகியிருந்தன. ராமமூர்த்தியும், ஜெயபாரதியும் எங்கெங்கோ சுற்றிக் களைத்த பின்னரே அங்கு வந்தார்கள். எவரெவரையோ விசாரித்தார்கள்.

சுற்றுப் பக்கத்தில் இருக்கும் ஒரு கோயிலையும் விடவில்லை. சிலநேரங்களில் கிருஷ்ணனும், சரவணனும் அவர்களுடன் போவார்கள். இல்லையென்றால் அவர்கள் இருவர் மட்டுமே மைதிலியைக் கூட்டிக் கொண்டு செல்வார்கள்.

காற்று சிலுப்பிடும் கூந்தலை அள்ளி முடித்த மைதிலி அப்படியும் இப்படியும் தலையைத் துலுக்கிப் பார்த்தாள். வந்த சில நாட்களாக அங்கு அவளுடன் கழிந்த கணங்கள் முழுவதும் பறவைக் குரல்கள். காகங்கள், மைனாக்கள், வல்லூறுகள், பருந்துகள், பனங்காடைகள், வாலாட்டிகள். எப்போதாவது புட்டம் சிவந்த சில கொண்டலாத்திகள்.

நெருக்கத்தில் வந்து உட்காரும் காகங்களின் கருங்கண் சுழல்கள் இப்படியும் அப்படியும் அலைமோதி அவளை இழுத்துக் கொள்வதற்கு வகை பார்க்கின்றன. அவற்றின் கூர்மையான வளைந்த அலகுகளில் பூச்சிகளையும், வயல் எலிகளையும், தவளைகளையும் காணத் துடிக்கிறது. இரையிலிருந்து சொட்டும் ரத்தம் கண்களின் வழியே பாய்ந்து அவள் உடலை நிறைக்கிறது. வயல் தவளைகளை கவ்விக் கொணர்ந்து கிளைகளில் வைத்து ஒரு காலால் அழுத்திக் கொண்டு, திமிரும் அவற்றின் சதையைத் துள்ளத் துடிக்க கூரலகால் பிய்த்துச் சுவைக்கின்றன காகங்கள். சதையுண்ட களிப்பில் வானத்தை அண்ணாந்து எழுப்பும் கடுங்குரல் மரக் கூட்டங்களைக் கடந்து மேலேறி வான பரியந்தத்தில் எக்காளச் சுழலாகச் சுற்றுகிறது.

மைதிலி வானத்தை அண்ணாந்து இமைகளை மூடினாள். சிறு புன்னகை முகிழ்த்து கன்னங்கள் பூரிதம் கொண்டன. சற்றே தடித்த உதடுகள் அகண்டு பற்கள் மின்னின. காற்று முகத்தை வருடி விளையாடி சற்றே பிளவுண்ட தாழ்வாய் வெட்டில் இறங்கியது. சில கணங்கள் அப்படியே இருந்தவள் தலைநிமிர்ந்துத் திரும்பி தொலைவில் அமர்ந்திருக்கும் ஜெயபாரதியைப் பார்த்தாள். அந்தத் தருணத்துக்குக் காத்திருந்தவளைப் போல அவள் கேட்டாள்.

"பசியெடுக்குதா?"

தலையை அசைத்தாள் மைதிலி. அதை இன்னதென்று விளங்கிக் கொள்ள முடியாமல் ஜெயபாரதி மௌனமாய் இருந்து

கொண்டாள். இன்றுதான் ஓரளவுக்கு அந்த நில அமைப்பு மைதிலிக்கு பிடிபடத் தொடங்கியிருந்தது.

தனிமையில் நீண்டு படுத்திருக்கும் நெடுஞ்சாலை. அதிலிருந்து தெற்கு பார்த்து இறங்கினால் அடர்ந்த சாமிக்காடு. அதன் நடுவில் பழமையான சாமுடியம்மன் சன்னதி. நுண்ணிய வேலைப்பாடுகளும் புடைப்புச் சிற்பங்களும் உடைய கல்தூண்கள் தாங்கிடும் பிரகாரம். தொடர்ந்து கருவறை. சுற்றுச் சுவர் இல்லாத கோயிலுக்கு விருட்சங்களே அரண். ஆல், அரசு, வில்வம், நாவல், புன்னை, புளியன் இன்ன பிற. கருவறைக்கு வலப்புறத்தில் சற்று தள்ளி அல்லி பூத்த குளம். பலகைப் பாறைகளால் பாவப்பட்ட படித்துறை. காற்று வீசாதிருப்பின் செவ்வல்லி மலர்களுக்கிடையே நீந்திடும் மீன்களின் ஓசையைக் கேட்கலாம்.

சாமிக்காட்டை சுற்றி கண்ணுக்கெட்டிய தொலைவுக்கு விளை நிலங்கள். அங்கங்கு பார்வைக்குத் தென்படும் சில வீடுகள். நெடுஞ்சாலைக்கு அப்புறத்தில் கோயிலைப் பார்த்த மாதிரியிருக்கும் சொற்ப வீடுகளும், அவளைப்போல் வருகின்றவர்கள் தங்கிடும் ஓலைக் குடில்களும். நாடிவரும் மனிதர் மட்டுமே அம்மனுக்கு பேச்சுத் துணை. உறைந்த அமைதியே அம்மனாய் திரண்டு இருப்பதாக நினைத்தாள் மைதிலி.

வீட்டிலிருந்து கிளம்பியபோது ஒன்றுமே தோன்றவில்லை. அவளுடைய மனம் வெறுமையாக இருந்தது. எவருடைய சொற்களும் நிலைக் கொள்ளாமல் சிறிது நேரமே தங்கிச் சுழன்றன.

“அங்கியே பதனஞ்சி நாள் தங்கணுமாம். அத்தினி நாளுக்கு வேண்டியத எல்லாம் நிதானிச்சி எடுத்துக்கிணியா ஜெயா?”

ராமமூர்த்தியின் விசாரிப்புக்கு ஜெயபாரதி மூச்சிரைக்க பதில் சொன்னாள். அவள் வீட்டுக்கும் வாசலுக்கும் நடந்த வண்ணமிருந்தாள்.

"என்னென்னா ஒணும்னு கொஞ்சம் நீங்கக்கூட எடுத்து வெக்கிலாம். ஆளாளுக்கு அப்பிடியே அசாத நின்னுக்கிணா, நா ஒருத்தி மட்டும் என்னா பண்ணுவேன்?"

அதைக் கேட்டுக் கொண்டு பெரிய வாசலில் நின்றிருந்த காரின் நடுப்புற இருக்கையில் சலனம் இன்றி உட்கார்ந்திருந்தாள் மைதிலி. காரின் பின்புறத்தை திறந்து பயணப் பைகளையும், பொருட்களையும் வைத்தான் சரவணன். கோயில் பிரகாரத்திலேயோ குடிலிலோ ஆட்களோடு ஆட்களாய் மைதிலியும் ஜெயபாரதியும், தங்கிக் கொண்டால், போகும் இடத்துக்குப் பதினைந்து கிலோமீட்டர் தள்ளி இருக்கும் சிறு நகரத்தில் வாடகைக்கு அறையெடுத்து தங்கியபடி தினமும் சென்று மைதிலியையும் ஜெயபாரதியையும் சரவணன் கவனித்துக் கொள்வது, இரண்டு நாட்களுக்கு ஒருமுறை ராமமூர்த்தி வந்து பார்த்துவிட்டுச் செல்வது என்று அவர்கள் பிசிறில்லாமல் முன்கூட்டியே பேசி வைத்திருந்தார்கள்.

காரை ஓட்டிக் கொண்டே ராமமூர்த்தியுடன் சரவணன் பேசிடும் சொற்களும், பக்கத்தில் உட்கார்ந்தபடி ஜெயபாரதி பேசிடும் சொற்களும் வந்த வேகத்திலேயே திரும்பி அவரவர்களின் வாய்களுக்கே சென்றுவிடுவதைக் கண்டு மைதிலி சிரித்துக் கொண்டாள். தனக்குத்தானே சிரித்துக் கொள்ளும் மைதிலியைப் பார்த்து அவர்கள் திகைத்தார்கள். அவர்களின் திகைப்பு அவளின் சிரிப்பை மேலும் ஊக்கியது. மைதிலியை தன்னிலைக்குக் கொண்டுவரும் நோக்கில் ஜெயபாரதி அவளிடத்தில் அவ்வப்போது எதையேனும் விசாரித்தாள். எல்லாவற்றுக்கும் சிரிப்பே விடையாக வெளிப்பட்டதால் மிரண்டார்கள்.

நெடுஞ்சாலையின் இருபுறங்களிலுமிருந்த நிழல்தருக்கள் காணாமல் போய் எண்ணற்ற தேநீரகங்களும், சாப்பாட்டுக் கடைகளும் முளைத்திருந்தன. ஒரு தேநீர்க்கடையின் மேசையில் அவர்கள் அமர்ந்திருந்த சமயத்தில் ஜெயபாரதி தன் வியப்பை ராமமூர்த்தியிடம் பகிர்ந்து கொண்டாள்.

"இந்த வழியில எத்தினியோ வாட்டி வந்துக்கிறோம். எவ்ளோ மரங்க! இப்ப ஒன்னக் கூடக் காணுமே? மனுசன் தின்னு தீக்கிறதில தப்பில்ல. ஆனா தகிச்ச வெய்யிலுக்கு எங்க போயி ஒக்காருவோம்னு யோசிக்கிறதில்லையா?"

“மரமோ மனுசனோ, நமக்குத் தோது படலேன்னா கழிச்சிக் கட்ட வேண்டியது தான்! இதப் போயி பெருசா பேசிக்கிணு?”

ராமமூர்த்தியின் பதிலுக்கு சிற்றமைதி உருவாகியது. தேநீர்க் கோப்பையின் விளிம்பில் வாயை வைத்திருந்த மைதிலி அதைப் பருகாமல் மேசையில் வைத்து இறுகப் பற்றிக் கொண்டு தலையைக் கவிழ்த்துக் கொண்டாள். உடல் விறைத்தது. நீண்ட பெருமூச்சை எறிந்தாள். அவளின் உடலில் ஏற்படும் மெல்லிய மாற்றத்தை அனுமானித்தவளாக ஜெயபாரதி கேட்டாள்.

“எதானா… பிஸ்கேட்டு கிஸ்கேட்டு சாப்பிட்றயா எம்மாடி?”

மைதிலி வேண்டாமென தலையை மாத்திரம் அசைத்தாள். மீளவுமங்கு அமைதி உருவானது. சரவணன் ஒன்றும் பேசாமல் இருந்தான். அவன் என்ன சிந்திக்கிறான் என்பதை மனதுக்குள் வாங்குபவளாக சிலபோது மைதிலி காணப்பட்டாள். அவ்வப்போது அவன் பக்கமாகத் திரும்பியும் பார்த்துக் கொண்டாள். முகத்தை இறுக்கிக் கட்டிய வைராக்கியத்தை அவிழ்க்காமல் உட்கார்ந்திருந்தான் அவன்.

“என்ன எதுக்கு இப்பிடி கூப்டுணு திரியறீங்க? நா, நல்லா தானேமா இருக்கிறேன்?”

அதைக் கேட்ட ஜெயபாரதிக்கு கண்கள் கலங்கின. அவள் மைதிலியின் கைகள் மேல் தன் உள்ளங்கையை வைத்து பற்றியபடி வாஞ்சையுடன் அவளைப் பார்த்தாள்.

“நீ நல்லாதான் எம்மாடி இருக்கிற? ஆனா, உன்னுங் கொஞ்சம் சரிபடுணும். உன்னாண்ட சேந்துக்கீற கொஞ்ச நஞ்சம் கெட்டதெல்லாம் உட்டுப் போயிடுச்சியான தெளிவாயிடுவ. நீ நல்லாயிருந்தா நாங்கெல்லாம் நல்லாயிருந்தமாரி எம்மாடி”

காரை செலுத்துகையில் சரவணன் பெரிதாக எதையும் பேசிக் கொள்ளவில்லை. பரசுராமன்பட்டி சாமுடியம்மன் கோயிலுக்குச் சென்று சேரும் வரை அவர்கள் மௌனம் காத்தார்கள்.

மைதிலியை பேய்பிடித்திருக்கிறது என்று முதலில் சொன்னவள் ஜெயபாரதிதான். அவள் தனிமையில் இருக்க விரும்புவதும், அந்தத் தனிமையில் அழுவதும், பிதற்றுவதும், பேசிக்

கொள்வதும் ஜெயபாரதிக்குக் கலக்கத்தைக் கொடுத்தன. மணிக் கணக்கில் தென்னை மரங்களினடியிலும், மொட்டைமாடியிலும் சாய்ந்து வானத்தை வெறித்து அமர்ந்திருக்கும் மைதிலியை ஜெயபாரதியோ, ராமமூர்த்தியோ, கிருஷ்ணனோ தேடிச்சென்று அழைத்து வரத் தொடங்கினார்கள்.

இரவில் தனியே நடந்து மலையடிவாரம் வரைக்கும் போகும் அவளை கைவிளக்குடன் சென்று மடக்கிப் பிடித்தார்கள். கோபத்தில் அவளை அடிப்பதற்கு ஓங்கிய ராமமூர்த்தியின் கையை ஒருநாள் ரத்தம் வரும்வரை கடித்தாள் மைதிலி. கிருஷ்ணனின் கையை முறுக்கினாள். இரவு முழுவதும் அறைவிளக்கை ஒளிரவிட்டபடி உறங்காமல் உட்கார்ந்திருந்தாள். சமயங்களில் சத்தம் போட்டுச் சிரித்தாள்.

நிலைமை கைமீறிப் போவதாய் நினைத்த ராமமூர்த்தி எல்லாவற்றையும் மாற்ற முற்பட்டான். மலையடிவாரத்தில் நிலத்துக்கு நடுவில் ஒதுக்கமாய் இருந்த குடித்தனத்தை ஊருக்குள் மாற்றினான். ஊரிலிருக்கும் பூர்வீக வீட்டை அவசர அவசரமாக வாஸ்து ஆலோசனைகளின்படி திருத்தியமைத்தான். மைதிலி செய்யும் செயல்களுக்கு நிலத்தில் இருப்பதுதான் நல்லது என்று கிருஷ்ணன் சொன்னதைக் கேட்டு ஊருக்கும் நிலத்துக்குமாக அவர்களை ஊடாட வைத்தான்.

மைதிலியின் விவசாயப் படிப்பை நிறுத்திய ராமமூர்த்தி அவளைப் பிடித்திருக்கும் பேயை ஓட்டுகின்ற வேலையையும், அவளுக்கு மாப்பிள்ளை பார்க்கின்ற வேலையையும் ஒருசேர செய்யத் தொடங்கினான். அவனும் ஜெயபாரதியும் ஊருக்குக் கிட்டத்தில் இருக்கின்ற பெரிய கோயில்களுக்கு தொடர்ந்து சென்று அர்ச்சனை செய்துவந்து, விபூதியையோ குங்குமத்தையோ அவளுக்குப் பூசினார்கள். மைதிலி இருக்கும் நிலையில் திருமணம் தேவையில்லை என்று தொடக்கத்தில் தடுத்த ஜெயபாரதி, மெதுவாக ராமமூர்த்திக்கு உடன்பட்டு வழிவிட்டாள். சில மாதங்களுக்குப் பிறகு அவனுக்கு ஒரு யோசனையையும் சொன்னாள்.

"பேசாம எந்தம்பி சரவணன கட்டி வெச்சிட்டா என்னா? மைதிலியவிட ரெண்டு மூணு வயிசுதான் பெரியவன். அவனும் பொண்டாட்டி புள்ளைய பறிகுடுத்துட்டு நிக்கிறான்.

அசல்ல தேடினா, என்னா ஏதுன்னு விசாரிப்பாங்க. ஒருத்தர் இல்லேன்னாலும், ஒருத்தர் மைதிலியோட நெலவரத்தப் பத்தி சொல்லத்தான் செய்வாங்க. இதுன்னா, ஒன்னுக்குள்ள ஒன்னு. நாமே அவனக்கூப்டு எல்லாத்தியும் சொல்லிடலாம். அவனும் ஏத்துக்குணு அனுசரிச்சிப் போவான். கடல் மாரி வீடு. நம்பளதப் போல ரெண்டு மடங்கு நெலபொலம். எனக்கென்னாவோ, இது தான் சரியாப்படுது"

ராமமூர்த்திக்கும் ஜெயபாரதி சொல்வதே சரியெனப்பட்டது. திருமணப் பேச்சு வார்த்தைகள் துரிதமாக நடைபெற்றன. இடையிடையே சுற்றுப்பக்க சாமியாடிகளிடம் மைதிலியை அழைத்துச் சென்றார்கள். அவள் அடம் பிடித்தாள். மூர்க்கமானாள். அவளை சாந்தப்படுத்தும் நோக்கில் ராமமூர்த்தி பலவகையான மருந்து மாத்திரைகளை வாங்கி வந்துக் கொடுத்தான். பெரும்பாலான நேரங்களில் அரை மயக்கத்தில் கிடந்தாள் மைதிலி. அந்த மயக்கத்திலேயே அவளுக்குத் திருமணம் நடந்தேறியது. மலையடிவாரத்தில் தனித்திருக்கும் பெருமாள் கோயிலில், உறவுக்காரர்களின் முன்னிலையில் சரவணன் மைதிலிக்குத் தாலிகட்டினான்.

குணமாகும் வரை மைதிலியை அவளுடைய வீட்டிலேயே விட்டுவைத்த சரவணன், அவ்வப்போது வந்துபோய்க் கொண்டிருந்தான். எப்போதும் மௌனமாகவே இருக்கும் அவனை ஜெயபாரதி கடிந்தாள்.

"எதுக்குடா தம்பி நீ உன்னும் இப்பிடியே இருக்குற? செண்டதெல்லாம் போச்சி. நெனச்சிட்டிருந்தா மட்டும் எதுவும் வரப்போகுதா சொல்லு? பழசையெல்லாம் மறந்துட்டு கெலிப்பா இரு! மைதிலிய கூப்டுணு எங்கியாவது அப்பிடி இப்பிடின்னு போய் வா!"

திருமணம் நடந்த ஒரு வருடத்திலேயே இரண்டு முறை மைதிலிக்கு பெரும்பாடு கண்டது. அவளைப் பிடித்திருக்கும் ஆவிதான் அவளின் கருக்களைத் தின்பதாக எண்ணிக் கொண்டாள் ஜெயபாரதி. அடுத்த வருடம் வைசாக அமாவாசை இரவில், காதல் தோல்வி என்று கடிதம் எழுதி வைத்துவிட்டு, பாறைகளும் சரளைக் கற்களும் நிறைந்த வெள்ளாமை கிணற்றில் விழுந்து கிருஷ்ணன் உயிரை மாய்த்துக் கொண்டதும் அந்த

வீட்டில் நிரந்தரமான அமைதி குடிகொண்டுவிட்டது. மைதிலி மீண்டும் தொந்தரவு செய்யத் தொடங்கிடும் வரைக்கும் ஜெயபாரதியும் ராமமூர்த்தியும் மகனையே நினைத்துக் கொண்டு இருந்துவிட்டார்கள்.

நெடுஞ்சாலையிலிருந்து இறங்கி ஒரு மரத்தடியில் காரை நிறுத்திவிட்டு சரவணனும், ராமமூர்த்தியும் கோயில் பக்கமாகப் போவதைப் பார்த்தாள் மைதிலி. ஒரு புன்னையின் அடியில் கல்லிருக்கையின் மேல் அமர்ந்திருந்த அவள், அங்கு புதராய் மண்டி பூத்திருக்கும் அந்திமந்தாரைகளை கவனித்துக் கொண்டு இருந்தாள். அவளைப் போலவே அந்தப் பரந்த சாமிக்காட்டில் மரங்களின் அடியிலும், கல்லிருக்கைகளின் மீதும், குளத்துப் பக்கத்திலும் பரவலாக ஆட்கள் உட்கார்ந்து பேசிக்கொண்டு இருந்தார்கள். சிலர் நிலங்களுக்காய் திரிந்தார்கள். சிலர் குளத்துக்கு அருகிலேயே நாவல்மர நிழலில் அனாதரவாகக் கிடக்கின்ற சிமெண்டு களத்தில் போர்வைகளை விரித்து படுத்திருந்தார்கள்.

சற்று முன்னர்தான் சாமியார் வந்திருந்தார். அவருடன் நான்கு பேர் இருந்தார்கள். அதில் இரண்டு பேர் வாட்ட சாட்டமான இளைஞர்கள். ஒத்தாசைக்கு வந்தவர்களின் கைகளில் பூசைப் பொருட்களும் பைகளும் இருந்தன. நடுவயதைக் கடந்திருந்த சாமியாருடைய முடி சிட்டம் கட்டி திரித்திரியாய்த் தொங்கியது. ஒடிசலான தேகம் கொண்ட அவர் மீசையை நன்றாக முறுக்கி விட்டிருந்தார். கூம்பிய அவரது முகத்துக்கு பெரிய விழிகள் மிரட்சியைக் கொடுத்தன. நெற்றி முழுக்க நீறுபூசி அதன் மீது குங்குமத்தை பெருவட்டமாக இட்டிருந்தார். மேலுடம்பில் எதுவுமில்லை. இடுப்பில் மட்டும் மொடமொடப்பான காடாவேட்டி. கைகளிலும், கழுத்திலும் வகை வகையான கயிறுகளும், மாலைகளும், பூண்களும்.

நான்கு வருட அலைச்சலில் ஊரிலிருந்து நாற்பது கிலோமீட்டர் தள்ளியிருந்த இந்தச் சாமுடியம்மன் சாமிக் காட்டையும், பேயோட்டியையும் ராமமூர்த்தி கண்டு பிடித்திருந்தான். நண்பர் ஒருவரின் வழியாக சாமியாரை சந்திக்க வந்திருந்த போதே எப்படி அவர் ஆவிகளை விரட்டுகிறார் என்பதைப் பார்க்க பிரம்மிப்பாக இருந்தது.

“இங்க வந்துட்டா நெனச்சது நடக்கும்னுதான் எங்கெங்கிருந் தெல்லாமோ வர்றாங்க. வர்றவங்க எல்லாருமே ஒரேதரமான ஆளுங்க கெடையாது. இப்ப என்ன பாக்குறதுக்கு நீங்க கார்ல வந்திருக்கீங்க. ஆனா சிலரு பஸ்லயும், கால்நடையாவும் கூட வர்றாங்க. ஒவ்வொருத்தர் வளந்த விதமும், வாழ்மொறையும் வேறயா இருக்கு. அதனால நாம எந்த ஒடம்பையும் போட்டு அதிகமா வதைக்கிறதில்ல. சிட்சிக்கிறதெல்லாமே இந்தச் சாமுடியம்மா தான்! அதுவா வந்தா தான் நான் அத ஓட்டுவேன். அது வர்ற வரைக்கும் பொறுமையா நீங்க காத்திருக்கணும். அதுக்குதான் இங்கியே பதினைஞ்சி நாள் தங்கணுமின்றது. இங்க வந்துட்டா அது வெளியேறி ஓடியே தீரும்!”

ஒவ்வொரு நாளும் களத்தில் இறங்கி கோயில் பிரகாரத்தை நோக்கி சாமியார் போகின்ற போதே சில பெண்கள் ஆடத் தொடங்குவது மைதிலிக்கு வேடிக்கையாகத் தெரிந்தது. அப்பெண்களை மைதிலி கூர்ந்து கவனித்தாள். அவளும் இப்படி ஆடத் தொடங்கி, உள்ளிருப்பது வெளிப்பட்டுவிட்டால் சீக்கிரமாய் வீட்டுக்குத் திரும்பிவிடலாமே என்று ஜெயபாரதி வாஞ்சைப்பட்டாள். அவ்விதம் எதுவும் நடவாதது அவளுக்கு ஏமாற்றமாக இருந்தது. அந்த ஏமாற்றத்தை ராமமூர்த்தியும் சரவணனும் வருகின்ற போதெல்லாம் வெளிப்படுத்தினாள்.

“கெணத்துல போட்ட கல்லாட்டம் கெடக்குது. அசர மாட்டேன்ந்து!”

“அதுக்குன்னு பொறப்பட்டு வந்துட்டோம். எதுக்கு அவசரப்பட்டுணு? கொஞ்சம் பொறுமையா இருப்போம்”

ஜெயபாரதி சலித்துக் கொள்கையில் ஒவ்வொரு முறையும் சரவணன்தான் சமாதானப்படுத்தினான். அங்கு வரும்போதெல்லாம் தவறாமல் சாமியாரிடம் பேசிவிட்டு ராமமூர்த்தியும் சரவணனும் நேரே ஜெயபாரதியிடம் வந்து அவர்களின் இன்மையில் நடந்தவற்றையெல்லாம் ஒன்றுவிடாமல் விசாரித்து தெரிந்து கொண்டார்கள். ஒருநாள் அவர்களிடம், கிருஷ்ணனைப் போலவே ஒருவனைப் அங்கு பார்த்ததாகச் சொல்லி ஜெயபாரதி அழுதாள். அப்போது அருகில் அமர்ந்திருந்த மைதிலி சலனமில்லாமல் வேறுதிசையில் திரும்பி எல்லாவற்றையும் கேட்டுக் கொண்டிருந்தாள்.

கிருஷ்ணன் கிணற்றில் விழுந்து இறந்தபோது அவர்கள் மலையடிவார நிலத்து வீட்டில் இருந்தார்கள். அன்று வைசாக அமாவாசை என்பதால் ஊரிலிருக்கும் வீட்டுக்குச் செல்லாமல் அங்கேயே இருந்துவிடலாமென்றும், மைதிலியை அவளுடைய அறையில் விட்டு வெளியே பூட்டிவிடலாமென்றும் கிருஷ்ணன் ஜெயபாரதியிடம் கமுக்கமாய் சொல்லி வைத்திருந்தான்.

முன்னிரவு நேரம் ஆகியிருந்தது. பூசை அறையின் விளக்குகளை ஏற்றி முடித்துவிட்டு வெளியே வந்த ஜெயபாரதி, வீட்டில் ராமமூர்த்தி இல்லாததை சொல்லிச் சலித்தபடி மைதிலியின் அறையை வெளிப் பக்கமாகப் பூட்டினாள். ராமமூர்த்தி கொடுத்துவிட்டுப் போன மாத்திரையைச் சாப்பிட்டு அரை மயக்கத்தில் படுத்திருந்தாள் மைதிலி. ஜெயபாரதி சமையல் கட்டுக்குள் நுழைவதற்குள் திடீரென்று மின்சாரம் போனது. மைதிலியை அறையில் வைத்துப் பூட்டியதை எண்ணி நிம்மதி கொண்டவளாய் மகனைக் கூப்பிட்டாள்.

"கிருஷ்ணா, மொளுகு பர்த்திங்கள தேடி எடுத்துணு கிச்சனுக்கு வாயெப்பா. கரண்டு போயிடுச்சி"

"இதோ பாக்கிறேன் இருமா"

கைபேசி வெளிச்சத்தில் மெழுகுவர்த்திகளைத் தேடத் தொடங்கிய கிருஷ்ணன், தன் அறையில் எதுவும் கிடைக்காததால், மைதிலியின் அறையைத் திறந்து தேடினான். அந்த அறை மேசையில் பிரிக்கப்படாத மெழுகுவர்த்திப் பொட்டலமொன்று கிடந்தது. மெழுகுவர்த்திகளை ஜெயபாரதியிடம் கொடுத்துவிட்டு வாசலுக்கு வந்தபோது அவன் கைபேசி பாடியது. புதிய எண்ணை குழப்பத்துடன் பார்த்தபடியே பேசினான் கிருஷ்ணன். அழைப்பில் ஓர் இளம் பெண்ணின் குரல் கிசுகிசுத்தது.

"கெணத்துப் பக்கம் நிக்கிறேன். பயமாகீது, சீக்கிரமா வா. இங்க என்ன வரச்சொல்லிட்டு தொரைக்கி ஊட்டுக்குள்ள என்னா வேல?"

"ஏய்... சாரி சாரி! இதோ வந்துட்டேன். ஆமா, இது என்ன புது நம்பரு?"

"இன்னிக்கி தான் வாங்கினேன். நேர்ல வா சொல்றேன்!"

கைபேசியின் விளக்கை எரியவிட்டபடி பெருவிருப்புடன் கிணற்று மேட்டை நோக்கி நடந்தான் கிருஷ்ணன். அவன் உடல் கிளர்ச்சியடையத் தொடங்கியிருந்தது. கிணற்றுக்கு நெருக்கத்திலிருக்கும் தென்னையின் பின்னால் ஒரு பெண் நின்றிருப்பது மங்கலாகத் தெரிந்தது. தென்னைக்கு அருகில் சென்றதும் அவன் குழைவான குரலில் அங்கிருந்தவளைக் கூப்பிட்டான்.

“ஏய், சாரி! ரொம்ப நேரமா வெயிட் பண்றியா?”

“இல்ல!”

தென்னையின் மறைவிலிருந்து சடாரென வெளிப்பட்ட மைதிலி மூர்க்கமுடன் அவனை கிணற்றில் தள்ளினாள்.

கருவறைக்குப் பின்னால் கைப்பிடிச்சுவரின் மீது அமர்ந்து வெய்யிலை சுகித்தாள் ஜெயபாரதி. நிலத்தையும், வீட்டையும் விட்டு இப்படி வந்திருப்பது அவளுக்கு சிறு மகிழ்வையும், கொஞ்சம் ஓய்வையும் அளித்தன. அதை அறிந்துக் கொண்ட ராமமூர்த்தி ஒருமுறை கள்ளச் சிரிப்புடன் அவளிடத்தில் கேட்டான்.

“என்னா பாரதி, ஊட்டப் பத்தியோ, பொளப்பப் பத்தியோ விசாரிக்க மாட்டேன்ற? இங்க வந்தது உனுக்கு ரொம்ப ஜாலியா பூட்ச்சோ?”

“ஆமா, ஒங்க தொரபுத்தி போகுமா பின்ன? காலத்துக்கும் அதிகாரம் பண்ணியே பொளைக்கிறவங்க இல்லியா? உன்னும் எங்க வருத்தம் எங்க வெளங்கப் போகுது?”

ராமமூர்த்தியும், சரவணனும் அன்றைக்கு காலம்பரமே வந்திருந்தார்கள். வரும் வழியில் ஒரு கிராமத்து கடையிலிருந்து சுடச்சுட வாழையிலையில் இட்டலிகளை கட்டி வந்திருந்தான் ராமமூர்த்தி. அவற்றைத் தின்றபடியே மைதிலி அமர்ந்திருக்கும் மரத்தடியைக் காண்பித்து எதையோ விவரித்துக் கொண்டிருந்தாள் ஜெயபாரதி. அவள் சொல்வதை கேட்டவாறு ஒரு பார்வை பார்த்துவிட்டு அங்கேயே இருந்தான் ராமமூர்த்தி.

சரவணன் மட்டும் ஜெயபாரதியிடம் சொல்லிவிட்டு மைதிலியின் அருகில் வந்து உட்கார்ந்துக் கொண்டான். அவள்மீது வீசிய அடர்ந்த விபூதி வாசம் ஓர் அந்நிய மனநிலையை அவனுள்ளே உருவாக்கியது. அவனை ஏறிட்டுப் பார்க்காமல் கீழே பார்த்து அமர்ந்திருந்தாள் மைதிலி.

"சாப்டியா? ராத்திரி நல்லா தூங்குனியா? இந்தத் திருநீற எடுத்து வச்சிக்க. காலையில கோயிலுக்குப் போயிட்டு வந்தேன்"

அப்போது மட்டும் சரவணனை ஏறிட்டு பார்த்து, அவன் நீட்டிய தாளிலிருந்து சிறிது நீறையெடுத்து நெற்றியில் இட்டுக் கொண்டாள் மைதிலி. அவன் கேள்விகளுக்கு விடை சொல்லவில்லை. அவன் திடீரென அவளுடைய கையை எடுத்து தன்னுடைய கைகளில் பதுக்கிக் கொண்டான். அவள் அதை கொஞ்சமும் எதிர்பார்க்கவில்லை.

மைதிலி தன்னுடைய கையை விடுவித்துக் கொள்ள எண்ணிய கணத்தில் சரவணன் தன்பாட்டுக்கு பேசத்தொடங்கினான். அவள் முகத்தைப் பார்க்கவில்லை. அவன் தன் எதிரில் இருக்கும் பரந்த வெளியிடம் எதையோ முறையிடுவதைப் போலிருந்தது. என்னையா அவன் இப்பரந்த வெளியென்று கருதுகிறான்? நான் இத்தனை விசாலமானவளா? இத்தனை நாளாய் நான் என்னையே குறுக்கிக் கொண்டிருந்தேனா? மைதிலி சிலிர்த்தாள். நானே வெளி. நானே மண்டலம். நானே பிரபஞ்சம். நானே அண்டம். அவள் மனதில் பிதற்றினாள். அவளுள் எதுவோ நிறையத் தொடங்கியது.

"இன்னிக்கிதான் என்னோட மனசு கொஞ்சம் சமாதானம் ஆனமாதிரி இருக்குது மைதிலி. ரெண்டு மூனு நாளா நான் இங்க வரலேல்ல? கோர்ட்டுக்குப் போயிருந்தேன். நேத்து தான் தீர்ப்பு சொன்னாங்க. என்னோட அழகுநிலாவையும், மோனாவையும் அடிச்சிக் கொன்னவங்களுக்கு வெறும் மூனு வருஷந்தான் தண்டனையாம்"

அவள் அதிர்ச்சியுடன் அவனை ஏறிட்டாள். சரவணனின் கைகள் தன்னுடைய கையை இறுக்குவதையும், அவன் உடலில் மெல்லிய நடுக்கம் உண்டாவதையும் மைதிலி உணர்ந்தாள். அவன் அழுது கொண்டிருப்பதைப் பார்த்ததும் அவளுக்குப்

பதற்றம் உண்டானது. ஆனால் அவனை எப்படித் தேற்றுவது என்று தெரியவில்லை. திருமணம் முடிந்த இரண்டு ஆண்டுகளில் அதிகபட்சமாக நூறு வார்த்தைகளைக் கூட அவள் அவனிடத்தில் பேசியதில்லை. மூச்சுக் காற்றும் உரசியதில்லை.

"என் விஷயந்தான் உனக்குத் தெரியுமே. ஆனா அதுல, உனக்குத் தெரிய வேண்டியது இன்னும் நெறைய இருக்குது. அதச்சொன்னா எல்லாமே செதஞ்சிடும். உன்னோட நம்பிக்கைங்க நொறுங்கிப் போயிடும். நமக்கு நெருக்கமானவங்க செய்யிற துரோகத்தோட அடர்த்தி அதிகம் மைதிலி. அது ஒரு உறுப்பா மாறி நம்ம ஒடம்போட சேர்ந்துக்கும். காலத்துக்கும் நாம அத சுமந்துதான் சாகணும்..."

மைதிலிக்கு சுரீரென்றது. இவன் யாருடையதைக் குறித்துப் பேசுகிறான்? இருவரின் விவகாரங்களும் ஒன்றா? ஒன்றெனில் நானும் இவனும் ஒருடலா, ஒருயிரா? சரவணனின் முகத்தை புதிதாக பார்ப்பதைப் போல மைதிலி ஆழ்ந்து பார்த்தாள்.

"அழகு நிலாவ நான் சந்திச்சது நான் வேலபாத்த அதே கோயம்பத்தூர் நூற்பாலையில தான். என்ன மாதிரியே நிலாவும் எஞ்சினியரிங் படிச்சிருந்தாங்க. ரெண்டு வருஷம் லவ் பண்ணோம். அவங்க வேற ஆளுங்கன்னு சொல்லி எங்க வீட்டுல கல்யாணத்துக்கு ஒத்துக்கல. மூனாவது வருசம் நாங்களே கல்யாணம் செஞ்சிக்கிட்டோம். ஒரு வருசத்திலியே மோனா பொறந்துச்சி. வீட்ல அண்ணனும் அண்ணியும் கூப்டாங்கன்னு சொல்லித்தான் மூனு வருசம் கழிச்சி நிலாவையும், மோனாவையும் ஊருக்குக் கூட்டிட்டு வந்தேன். அது தீபாவளி சமயம். நிலாவுக்கு மட்டும் ஒரு வாரம் லீவு வாங்கிக் குடுத்துட்டு நான் கோயம்பத்தூர் போயிட்டேன். சரியா ஒரு வாரம் கழிச்சி வீட்டுலேர்ந்து போன் வந்துச்சி. எங்க அண்ணிதான் பேசுனாங்க..."

சரவணன் சடாரென மைதிலியின் மடியில் முகம் புதைத்து அழத்தொடங்கினான். அவன் குலுங்கிக் குலுங்கி அழுதான். ஒரு கணம் அதிர்ந்த மைதிலி அவன் பின்னந் தலையில் கைவைத்து முடியைக் கோதியபடி பேச முயன்றாள். அவன் கண்ணீர் ஆடையை நனைத்து தொடையில் வெம்மையாக இறங்கியது.

“அழாதீங்க... பிளீஸ்... கண்ட்ரோல் பண்ணிக்குங்க...”

“கோவையிலேர்ந்து அடிச்சி புடிச்சி வந்தேன். எப்பிடி வந்தேன்னு எனக்கே தெரியல மைதிலி. வந்து பாத்தா... என்னோட நிலாவும், மோனாவும் மார்ச்சுவரியில கெடந்தாங்க. ரெண்டு பேரையும் தலையிலயே அடிச்சி கொன்னிருக்காங்க. என்னால பாக்க முடியல”

சரவணன் நிமிர்ந்து உட்கார்ந்து தேம்பினான். கைக்குட்டையால் கண்களைத் துடைத்தான். வாயை இறுக்கமாக மூடிக்கொண்டான். மைதிலி தொலைவிலிருக்கும் ஜெயபாரதியிடம் எழுந்துச் சென்று தண்ணீர் பாட்டிலை கொண்டு வந்து அவனைக் குடிக்க வைத்தாள்.

ஜெயபாரதியுடன் பிறந்த கடைக்குட்டி சரவணன். அம்மா ஆணாய் பிறந்திருந்தால் ஒருவேளை இப்படித்தான் இருந்திருப்பார் என்று அவனைப் பார்க்கும் போதெல்லாம் நினைத்துக் கொள்வாள் மைதிலி. அவளை விடவும் ஒரு சில வயதே மூத்தவன் என்பதால் அவனை மாமா என்று அழைப்பதற்கு அவளுக்கு எப்போதுமே தயக்கம். ஜெயபாரதி தான் அவனை மாமா என்றே அவள் அழைக்க வேண்டுமென வற்புறுத்துவாள். ஆனாலும் சரவணனுடனான மைதிலியின் உரையாடல்கள் நீ, வா, போ என்றே நிறைவு பெறும்.

ஊருக்கு அருகிலேயே புதிதாய் அமைந்த தனியார் வேளாண்மை கல்லூரியில் மைதிலி விவசாயம் படிக்கச் சேர்ந்த சமயத்தில், ஒருமுறை அவன் அவர்களின் வீட்டுக்கு வந்திருந்தபோது தன்னுடைய காதல் செய்தியை அவளிடத்தில் பகிர்ந்து கொண்டதாக அவளுக்கு நினைவு.

சரவணன் பேசிக்கொண்டே இருந்தான். அவன் கண்களிலிருந்து கண்ணீர் வழிவது அவளுக்குப் பொறுக்க முடியாததாய் இருந்தது. சரவணன் காதலித்து திருமணம் செய்த பெண், குழந்தையுடன் விஷம் அருந்தி தற்கொலை செய்து கொண்டதாக ஜெயபாரதி சொல்லியிருக்கிறாள். இதில் எதற்கு வழக்கு? யாருக்கு தண்டனை?

“அம்மா வேற மாதிரியில்ல சொன்னாங்க?”

"உனக்குத் தெரியவேணான்னு எங்க அக்கா ஒருவேள மறச்சிருக்கலாம். சம்பவம் நடந்தப்போ அக்காவும் அங்கதான் இருந்திருக்காங்க... ஆனா போலீஸ் விசாரணையில தனக்கு எதுவும் தெரியாதுன்னு சொல்லிட்டாங்க... தீபாவளி முடிஞ்சி நிலாவும், மோனாவும் எங்க வீட்டுல இருந்ததே ஒரு வாரந்தான். அதுக்குள்ள நிலாவுக்கும், எங்க ஊர்ப்பையன் ஒருத்தனுக்கும் தப்பான உறவு இருந்ததாகவும், அதப் பாத்த கோபத்துல அடிச்சதாகவும் வாக்குமூலம் குடுத்து எங்க உறவுக்காரப் பொம்பளைங்க ரெண்டு பேர போலீஸ்ல சரண்டர் ஆகவச்சிட்டாங்க. இதெல்லாம் எங்க அண்ணன், அண்ணியோட திட்டம்னு எனக்கு அப்புறமா தெரிஞ்சது. குற்றம் செஞ்சதா போலீஸ்ல சரண்டரான ரெண்டு பொம்பளைங்களுக்கும் ஆளுக்கு ஒரு ஏக்கர் நெலத்த எங்க அண்ணன் ரகசியமா எழுதி வச்சிருக்காரு. நான் கல்யாணம் செஞ்சிக்கிட்டத அவருக்கு போன்ல சொன்னப்பவே, எனக்கு எந்த சொத்தும் வேணாம். எங்கள வாழவிட்டா போதும்னு சொன்னேன் மைதிலி... நிலாவுக்கு இவங்களோட கௌரவம் பத்தித் தெரியும். ஆனா, ஒரு வயசு கொழந்தை... எம்மோனாவுக்கு என்ன தெரியும், சொல்லு?"

சரவணனுக்கு அழுகை பொங்கிப் பொங்கி வந்தது. மைதிலி அவனுடைய கையை எடுத்து தன்னுடைய உள்ளங்கைகளில் வைத்துக் கொண்டாள். சிறிது நெருங்கி உட்கார்ந்தாள். இருவரும் நெடுநேரமாக அப்படியே அமர்ந்திருந்தார்கள். பறவைகள் எழுப்பிய சப்தங்களைத் தவிர வேறு எந்தச் சப்தங்களும் அங்கு இல்லை. ஒரு பனக்காடை மட்டும் தொடர்ந்து கிறீச்சிட்டுக் கொண்டேயிருந்தது.

"உனக்கும் அமைதியில்லேன்னு எனக்குத் தெரியும். அரசல் புரசலா செலத கேள்வி பட்டிருக்கிறேன். மத்தபடி பெருசா எதுவும் தெரியாது. நீ எப்போ சாந்தமடையிறயோ அப்போ இங்கேர்ந்து போலாம். எல்லாம் உன் விருப்பந்தான். எனக்கு நீ நல்லபடியா கெடச்சா போதும்! நாம ரெண்டு பேருமே எழந்தவங்க. பறிகொடுத்தவங்க. ரெண்டு பேருமா சேந்துதான் ஒருத்தர ஒருத்தர் தேத்திக்கணும். ஒருத்தரோட இழப்ப, இன்னொருத்தரால நெரப்பிக்கணும்"

சரவணன் இறுதியாகச் சொன்ன சொற்களைக் கேட்ட மாத்திரத்தில் எழுந்து நின்று முதன் முதலாக அவன் முகத்தை நேர்கொண்டு பார்த்தாள் மைதிலி. பின்னர் அவனிடம் மெல்லிய குரலில் சொன்னாள்.

"எழுங்க... நாம எங்காவது கொஞ்ச தூரம் போயிட்டு வரலாம்"

ஜெயபாரதியிடமும், ராமமூர்த்தியிடமும் சொல்லிவிட்டு அவர்கள் இருவரும் காரில் புறப்பட்டபோது ஜெயபாரதி மனம் நிறைந்து புன்னகைத்தாள். கோயில் பக்கம் திரும்பி கும்பிட்டு கன்னத்தில் போட்டுக் கொண்டாள்.

"சந்தோஷமா போயிட்டு வாங்க. ஆனா, சீக்கிரம் வந்துடுங்க"

நெடுஞ்சாலையில் வாகனங்களின் போக்குவரத்தும், ஆட்களின் நடமாட்டமும் குறைவாகவே இருந்தன. சில இடங்களில் அதுவும் இல்லை. இரு புறங்களிலும் விளைநிலங்களும், காடும், குன்றும் வந்துகொண்டே இருந்தன. எதிரில் பெரிய மலைத் தொடரொன்று தென்பட்டது. அந்த மலைத் தொடரைத் தாண்டியதும் வரும் அந்தர வெளியில் சரவணன் தன்னை வைத்துக் கொண்டு காருடன் அப்படியே பறக்கப் போகிறான் என்று நினைத்தாள் மைதிலி. அவளுக்கு மெல்லிய புன்னகை உண்டானது.

சரவணனுடன் என்ன பேசுவது என்று மைதிலிக்குத் தடுமாற்றம் ஏற்பட்டது. மொழித் தயக்கம் எப்போது உடைகிறதோ, அப்போது பேசிக் கொள்ளலாம் என்று அவள் மௌனம் காத்தாள். சரவணன் மட்டும் அவ்வப்போது ஓரிரண்டு வார்த்தைகளை அவளிடத்தில் பேசியபடி காரை ஓட்டினான். அவர்கள் ஓர் ஏரிக்கரையில் காரை நிறுத்தினார்கள். தொலைவில் மலைத்தொடர்கள் தெரிந்தன. அது வரையிலும் ஏரியின் நீர் விரிந்திருந்தது. நீரின் விளிம்பில் தென்னை மரத்தொகுதிகளும் மரக்கூட்டங்களும் தென்பட்டன. வானில் அங்கங்கு மிதந்த வெண்மேகங்களை நீர் பிரதிபலித்தது. சிறு துரிதமுமின்றி சில பறவைகள் காற்றில் நீந்தியவாறிருந்தன. கரைக்கு வெகு அருகில் ஒரு வட்டப்படகு அசைந்தாடியது.

ஏரியைப் பார்த்தபடி இருவரும் எதுவும் பேசாமல் நின்றனர். சரவணனின் கண்கள் மலைத்தொடரை நோக்கின. காற்று அவன்

முடியைக் கலைத்தது. பின்னிருந்து அவனை நெருங்கித் தழுவிய மைதிலி காது மடல்களைக் கடித்தாள். அனல் காற்றுடன் முத்தம் அவன் புறங்கழுத்தில் பதிந்தது. சரவணன் அவளைத் தூக்கிச் சென்று, காரில் கிடத்திப் புணர்ந்தான்.

அவர்கள் நடுப்பகலுக்கெல்லாம் சாமுடியம்மன் சாமிக்காட்டுக்குத் திரும்பிவிட்டனர். மைதிலியின் முகத்தில் அதுவரைக் கண்டிராததொரு நிறைவையும், தணிவையும் காண்பதாக ஜெயபாரதி எண்ணிக் கொண்டாள். அங்கு அவளை அழைத்து வந்தது வீண்போகவில்லை என உள்மனம் சொல்லிக் கொண்டது. வந்ததும் வராததுமாய் ஜெயபாரதியின் அருகில் அமர்ந்து காலையில் சரவணன் வாங்கி வந்திருந்த தின்பண்டங்களில் பெரும்பகுதியை தின்று தீர்த்தாள் மைதிலி. அந்தப் பையில் இருந்த அரிசிப்பொறி பொட்டலத்துடன் எழுந்தவள் குளத்துப் பக்கமாகச் சென்று கீழ்ப்படியில் இறங்கி உட்கார்ந்து மீன்களுக்கு இரைபோடத் தொடங்கினாள். அவள் வீசும் பொறிகளை கவ்வித் தின்பதற்கு மொலுமொலுவென மீன்கள் முண்டியடித்தன. அவளைப் பின்தொடர்ந்த சரவணன் செவ்வல்லியின் முன்னிலையில் ஒளிச்சித்திரங்களாக அவளைத் தன் கைபேசியில் பதியவைக்கத் தொடங்கினான்.

பத்து நாட்கள் கடந்திருந்தன. தினமும் அவர்கள் விதவிதமான ஆவிகளையும், வகை வகையான சாமிகளையும் பார்த்து வந்தனர். சாமியென்றால் கோயில் பிரகாரத்துக்குள் இறங்கி பாதித் தொலைவை கடக்கையில் அமரிக்கையாக ஆடும். அதை முன்பிரகாரத்துக்கு உள்ளாக அழைத்து அந்தச் சாமியார் உட்காரவைப்பார்.

“என்னோட எடத்துக்கு நீங்க என் உத்தரவில்லாம வரக்கூடாது. சரி வந்துட்டீங்க, என்னா ஓணுமோ அந்தப் பூசைய செய்யிறோம். அத ஏத்துக்குணு இந்த எடத்தவிட்டுப் போயிடுங்க!”

அந்தச் சாமிகளும் அப்படியே போய்விடும். ஆனால் ஆவிகள் அடிவாங்கிக் கொண்டும் அவமானப்பட்டும் தான் போகும். வந்திருப்பது ஆவிதான் என்பது அவை சாமிக் காட்டுக்குள் இறங்கிய நொடியில் ஆடும்போதே தெரிந்துவிடும். அதை வரிசையில் அமர்த்தி எலுமிச்சை உருட்டி யாரென்று விசாரித்து ஓட்டுவார்கள். அடம் பிடிக்கும் ஆவிகளுக்கு மட்டும் சாமியாரின்

சாட்டையில் அடிவிழும். ஆவிகள் சாராயம் கேட்டன. சுருட்டு பிடித்தன. வெற்றிலை பாக்கையும் புகையிலையையும் கோரின. பால் வேண்டுமெனக் கேட்டு, சாணக்கரைசலை குடித்தன.

அங்கு ஜெயபாரதியுடன் நெருக்கமாகியிருந்த ஒரு பெண்ணின் மகளை மது அருந்தும் நபரின் ஆவி பிடித்திருந்தது. அதை ஓட்டுவதற்காக கொடுக்கப்பட்ட அதிகப்படியான மதுவை அருந்தி அந்தப் பெண் நினைவிழந்து மயங்கினாள். அவளை சாமியாருடனிருந்த இளைஞர்கள் தனிப்பூசை குடிலுக்குள் கிடத்திவிட்டு வந்தனர்.

ராமமூர்த்தியும், சரவணனும் புறப்பட்டுச் சென்ற பிறகு நீண்ட நேரம் உறக்கம் வராமல் புரண்டாள் மைதிலி. சாமிக்காட்டில் அடித்திடும் பம்பையும், சாமியாரின் அதிகார கட்டளைகளும், ஆவிகளின் கூக்குரலும் அடங்கி சிறிது நேரமே ஆகியிருந்தது. இரவு நடுஜாமத்தை எட்டியிருந்தது. குடிலுக்கு வெளியில் சில்வண்டுகளின் நச்சரிப்பைத் தவிர பிற சத்தமில்லை. ஜெயபாரதி எப்போதோ தூங்கியிருந்தாள்.

குடிலின் ஓலைக்கூரை மீது தகரம் வைத்து அடிக்கப்பட்டிருந்தது. ஆயினும் சிறு இடுக்குகளின் வழியாக ஒளி உள்ளே சொட்டியது. சிறு புள்ளிகளாகத் தெரிந்த ஒளியின் முகங்கள் இரவின் உருவென மேல் அழுந்தியது. மைதிலிக்கு பகலில் தனித்திருப்பதை விடவும் இரவில் தனித்திருப்பது பிடிக்கும். நிலத்து வீட்டின் மொட்டை மாடியில் நேரம் போவது தெரியாமல் படுத்திருப்பாள். விண்மீன்களை எண்ணுவாள். மிகவும் நெருக்கத்தில் இருக்கும் மலையின் ஆபரணங்களாய் மின்மினிப்பூச்சிகள் பறக்கும். இரவுகளில் தீப்பற்றும் மிருகங்களின் கண்களை தரிசிப்பாள். மனிதர்களின் அச்சமாகவும் நம்பிக்கையாகவும் இரவுகளே இருக்கின்றன. வனாந்திர வெளியில் இரவைப் பார்க்கிறவர்கள் உலகைப் புரிந்துக் கொள்கிறார்கள் என்பது மைதிலியின் நம்பிக்கை. அவள் உலகைப் புரிந்திருந்தாள்.

சரவணன் போகாமல் அங்கேயே இருந்திருந்தால் நன்றாக இருந்திருக்குமென எண்ணினாள் மைதிலி. அந்த நினைவைப் பழிக்கிற வகையில் திடீரென ஒரு குற்ற உணர்வு மேலோங்கி அவளை வதைத்தது. பிற்பகலில் கிளம்பும்போது ராமமூர்த்தி

ஜெயபாரதியிடம் சொல்லிக்கொண்டு இருந்தது அவள் ஞாபகத்துக்கு வந்தது.

“நாளைக்கு ஆடி அமாவாச. மைதிலியப் புடிச்சிணு இருக்கிறது எப்பிடிப் போயும் நாளைக்கு வந்தே தீரணும் பாரதி. நானு ஒரு மத்தியானம் மாதிரி வந்துட்றேன். பாக்கலாம். ஒரு வேள நாளைக்கே எல்லாம் சீராயிட்டா, எல்லாரும் இங்கியே ராத்திரி தங்கிட்டு வெடிஞ்சதும் பெறபுட்டுட்லாம்”

மைதிலியும் ஆடி அமாவாசையையே மனதுக்குள் குறித்துக் கொண்டாள். அவள் நினைவைப் பழித்திடும் குற்ற உணர்வு வாதையாக மாறி கனவுக்குள் நுழைந்தது. நடுக்கமும் பீதியும் அவளை ஆட்கொண்டன.

காலை முதலே மைதிலிக்கு உக்கிரம் கூடியிருப்பதையும், அவளின் உடல் நிலையாமையில் தவிப்பதையும் அறிந்து கொண்டாள் ஜெயபாரதி. மைதிலி அன்றைக்கு பொழுது சாயும்வரை யாருடனும் பேசாமலிருந்தாள். உடனிருப்பவர்கள் அவளை நெருங்கத் தயங்கினார்கள். சரவணன் தள்ளியிருந்தபடியே அவளை கவனித்தான். நடுப்பகலுக்கு பின்னர் மைதிலியின் தகிப்பு அதிகரித்தது. அவள் கூக்குரலிட்டபடியே சாமியாரின் முன்னால் போய் விழுந்து பம்பையின் ஒலிக்கு மேலெழுந்து ஆடத் தொடங்கினாள். சரவணனும், ஜெயபாரதியும் அவளைப் பிடித்து வரிசையில் அமர்த்தினார்கள்.

அவளைப் போலவே அங்கு இருபதற்கும் மேற்பட்டோர் ஆடிக்கொண்டு இருந்தார்கள். உடன் வந்தவர்கள் அங்கங்கே நின்றிருந்தார்கள். சாமியார் சுழற்றும் வீரசாட்டை காற்றைக் கிழித்து ஒலியுண்டாக்கியது. ஆவி பிடித்தவர்களை அடிப்பதாய் மிரட்டியும், அவர்கள் கேட்பதைக் கொடுத்தும் வாக்குறுதி வாங்கிக் கொண்டு சாமிக்காட்டின் தென்கிழக்கு மூலைக்கு உதவியாளர்களுடன் அனுப்பிவைத்தார் சாமியார். அவர்கள் அங்கிருக்கும் புளிய மரத்தில் பேயாடிகளின் முடியை ஆணியால் பிணைத்து கத்தரித்தனர்.

எலுமிச்சை பழத்தை நெற்றிக்கருகில் வைத்து முணுமுணுத்த சாமியார், அதை குங்குமத்தில் புரட்டி மைதிலியின் தலையில் வைத்து அதட்டினார். ராமமூர்த்தியும் சரவணனும் நெருங்கி

வந்து நின்றார்கள். அந்தச் சூழல் ஜெயபாரதிக்கு அழுகையை உண்டு பண்ணியது. அவள் சற்று தள்ளி நின்று கலங்கினாள்.

“நீ யார்? ஒழுங்காச் சொல்லிடு. இல்லே, ஒடம்பு புண்ணாகிடும்”

“நான் இளவழகன். வேலூருக்குப் பக்கத்திலிருக்கும் வழித்துணைநாதர் குப்பத்தைச் சேர்ந்தவன். என்ன கழுத்தறுத்துக் கொன்னுட்டாங்க. நான் அரச மரத்தில் தங்கியிருந்தேன்”

அதைச் சொல்லிக் கொண்டே மூர்க்கத்துடன் ராமமூர்த்தியைப் பார்த்தாள் மைதிலி. அவளின் குரல் முற்றிலுமாக மாறியிருந்தது. அதைக் கேட்டதும் ராமமூர்த்தி அங்கிருந்து விலகி சாமியாடியின் அருகில் வந்து நின்று, அவர் காதில் எதையோ சொன்னான். அவன் முகத்தில் வெறுப்பும் கடுமையும் மண்டின. சற்று நிதானித்த சாமியார் மீண்டும் தொடர்ந்தார்.

“இந்தப் பொண்ண எதுக்குப் புடிச்சிக்கிட்ட?”

“உயிரோட இருந்தப்பவும் மைதிலிய பிடிச்சிருந்தது. செத்தப்பவும் மைதிலிய பிடிச்சிருந்தது. வாழ்ந்தா இதோடதான் வாழணும்னு தோணுச்சி. அதனால புடிச்சிக்கிட்டேன். காதலுக்கு குணம் வடிவம் எதுவும் கெடையாது. லவ் ஈஸ் எட்டர்னல்”

“நீ என்னா ஆளு?”

“நான் காற்றான பிறகும் என்ன ஆளுன்னு என்னை கேக்கிறியே, உனக்கு அறிவில்ல? உன்னப்போல அறிவீலிகளுக்கு தான் ஆளு, ஆஸ்தி, கௌரவம் எல்லாம். காற்றுக்கு அதெல்லாம் கெடையாது. நீ சாமியாடுற. உங்கப்பாவும் சாமியாடியா? பரம்பரை பரம்பரையா இதே தொழிலதான் செஞ்சிட்டு வர்றீங்களா?”

“நீ அதிகம் பேசுற... ஒடம்பு புண்ணாகப் போது”

“வீரம் வீரம்னு பேசிட்டு, மறைஞ்சிருந்து கொல்றது கோழைத்தனம். மைதிலியோட கருத்தக் கேட்டிருக்கலாம். என்னோட கருத்தக் கேட்டிருக்கலாம். எங்கள யோசிக்கவும் விடல. பேசவும் விடல. நான் அவளோட சினேகமா இருக்கிறேன்னு தெரிஞ்ச உடனே பின்னாடி வந்து கழுத்தறுத்து

வீசிட்டீங்க. அன்னைக்கி நான் ஏமாந்துட்டேன். இன்னைக்கி என்னை நீ அடிச்சா, உன்ன நான் விடமாட்டேன். இங்கியே தல செதறி சாவ! இப்ப எனக்கு சட்டம், கேசு, கோர்ட்டு எதுவும் கெடையாது. என்ன உங்களால ஒன்னும் செய்ய முடியாது!"

சாமியாடி தன் அருகில் வைத்திருந்த நீரை பதற்றத்தோடு எடுத்துக் குடித்தார். சுற்றி நிற்பவர்களை ஒரு பார்வை பார்த்துவிட்டு சுதாரித்துக் கொண்டவராக மைதிலியை முறைத்தார். அவள் கேலிச் சிரிப்புடன் பேசினாள்.

"சாமியாடி... நீயும், உங்கூட நிக்கிறவங்களும் படிக்காதவங்க. வெத்து அதிகாரத்துல உயிர் பிழைக்கிறவங்க. ஆனா நான் படிச்சவன். புத்தியோடு இயங்கறவன். மைதிலியோட கிளாஸ்லயே ஒன்னா அக்ரி படிச்சவன். பிளஸ் டூ, எண்ட்ரென்ஸ், எல்லாத்திலியும் ஸ்டேட் ரேங்க் எடுத்தவன். என்ன நீங்க விசாரிப்பீங்களா? என்ன நீங்க கொல்லுவீங்களா?"

"சரி... சரி... பேச்ச வளக்காத! நீ பேசி ஆகப்போறது ஒன்னுமில்ல! உனக்கு என்னா தேவன்னு சொல்லு குடுக்கறோம். வாங்கிக்கிட்டு இந்தப் பொண்ண உட்டுட்டு ஓடிப்போயிடு"

"பெரியக்கறி வேணும். தர்றியா?"

"அதெல்லாம் இங்கக் கேக்கக்கூடாது. இந்த நெறியில கேக்கக் கூடாது. நீ உட்டுட்டு போறல்ல, அங்க நீ கேக்குற ஜீவங்க மேயும். கடிச்சிக் கடிச்சித் துன்னுணே ஓடு"

"பிராந்தி குடு"

"குடுக்கறோம். குடிச்சிட்டு அதோ தெரியிற புளிய மரத்துக்குப் போணும். திரும்பி கிரும்பி பாத்த சூலத்துலயே குத்திடுவோம். கொடலு வெளியே வந்துடும்!"

சாமியாடி கொடுத்த பிராந்தி பாட்டிலை திருகி மூடியை வீசியெறிந்து அலட்சியமாக முழுவதையும் குடித்து முடித்தாள் மைதிலி. ராமமூர்த்தியிடம் சாமியார் சூலத்தைக் கொடுத்தார். ஜெயபாரதியை அழைத்து மந்திரித்த எலுமிச்சை பழத்தைத் தந்தார்.

“அது பின்னாடியே போங்க. ஒன்னும் பண்ணாது. இதவிட கில்லாடியான ஆவிங்களை எல்லாம் பாத்தவன் நான். அது திரும்பிப் பாக்காம நடக்கணும். திரும்பினா இந்தப் பழத்த உங்கக் கையில வச்சி நுமுட்டுங்க. அதுக்கு ஒடம்பெல்லாம் வலியெடுக்கும். அதையும் மீறி திரும்பினா, சூலாயுதத்தாலியே நெட்டித் தள்ளுங்க. புளிய மரம் வரைக்கும் போயிட்டா போதும். அங்க சிஸ்யனுங்க பாத்துக்குவாங்க”

பெரிய பாறாங்கல் ஒன்றை தலையில் சுமந்து நடந்தாள் மைதிலி. அவள் பின்னாலேயே ராமமூர்த்தியும் ஜெயபாரதியும் போனார்கள். சரவணன் கடைசியாக நடந்தான். மைதிலி திரும்பிப் பார்க்கவில்லை. அவளுடைய நடை நிதானமாக இருந்தது. மூச்சு இரைந்தது. வியர்வையும், கண்ணீரும் வழிந்தன.

வேளாண்மைக் கல்லூரியில் தன்னுடைய வகுப்பறையில் முதன் முதலாக இளவழகனைப் பார்த்தாள் மைதிலி. தன் மகரந்தச் சேர்க்கை, அயல் மகரந்தச் சேர்க்கை குறித்த விவாதம் எழுந்த போது அவனுடைய முகம் அவளுக்கு நன்றாகப் பதிந்தது. பின்னர் கலை இலக்கியம் தொடர்பான போட்டிகளிலும், விளையாட்டுப் போட்டிகளிலும் அவர்கள் நெருக்கமாகச் சந்தித்துக் கொண்டனர். இரண்டாம் ஆண்டிலிருந்து அவர்கள் காதலிக்கத் தொடங்கினார்கள். அவனுக்கு அம்மா மட்டுமே இருப்பதாகவும், அவர்கள் குடும்பத்திலேயே அவன் முதல் தலைமுறை பட்டதாரியாகப் போகிறவன் என்றும் அறிந்தபோது அவளுக்கு வியப்பு உண்டானது.

முதல் முறையாக அவனை மைதிலி தன்னுடைய வீட்டுக்கு அழைத்திருந்தாள். உடன் படிக்கிறவன் என்று சொல்லி எப்படியாவது சமாளித்துக் கொள்வதாக சொல்லியிருந்தாள். பேருந்தில் வந்து, நெடுஞ்சாலையில் இறங்கி, நிலத்துக்குச் செல்லும் இணைப்புச் சாலையில் இளவழகன் நடந்தால், மைதிலியே எதிர்கொண்டு வந்து அழைத்துக் கொள்வதாக முடிவுசெய்து கொண்டார்கள்.

திட்டமிட்ட நாளன்று வெய்யில் இதமாகக் காய்ந்தது. பேருந்திலிருந்து இணைப்புச் சாலை நிறுத்தத்தில் இறங்கிய இளவழகன், மைதிலிக்கு கைபேசியில் தகவலைச் சொல்லிவிட்டு கண்ணுக்கெட்டிய தொலைவுக்கு விளைநிலங்களும், மலைத்

தொடருமாக இருந்த அந்த நிலக்காட்சியைப் பார்த்தான். நிலத்துக்குச் செல்லும் இணைப்புச் சாலை முன்பு எப்போதோ நன்றாக இருந்ததாகவும், தொடர்ந்த மழையால் அறுப்புண்டு மணல் தேறி காட்டோடை ஆகிவிட்டதாகவும் நிலவிய கதையை அறியாமல் அச்சத்தோடு நடக்கத் தொடங்கினான். ஓடையின் இரு கரைகளிலும் ஆளுயரத்துக்கு பலவகையான செடிகள் புதர்களாய் மண்டியிருந்தன. பெரும்பாலும் மஞ்சுப்புற்களே அடர்ந்திருந்தன. ஓடையின் குறுக்கே சில நேரங்களில் மலைப் பாம்புகள் படுத்திருக்கும் என்று மைதிலி சொன்ன சம்பவங்கள் அவன் நினைவுக்கு வந்து பீதியை ஊட்டின.

சிறிது தூரம் சென்றதும் புதர்ச்செடிகள் மறைந்து சமவெளி தோன்றியது. அங்கு இளவழகன் சில வினாடிகள் நின்றான். அவன் முன்னால் எதிர்கொண்டு வரும் மைதிலியின் உருவம் தூரத்தில் மங்கலாகத் தெரிந்தது. அதே நொடியில் பின்னால் மிக நெருக்கமாக இருவரின் காலடியோசை மணல் நொறுங்கிட கேட்டது. இளவழகன் திரும்புவதற்குள் ராமமூர்த்தி துண்டால் அவன் முகத்தை மூடியிறுக்கி, நெஞ்சில் குத்தி, தன்னுடைய தொடையின் மீது மல்லாக்கச் சாய்த்துக் கொண்டு கத்தினான்.

“அறுடா இவன”

கிருஷ்ணன் சடாரென இளவழகனின் குரல்வளையை அறுத்ததும் ரத்தம் பீறிட்டடித்தது. துடிக்கும் அந்த உடலை ஓடைக்கரையிலிருந்த புதர்மண்டிய பாழ்க்கிணற்றில் தள்ளினார்கள். எதிரில் கத்திக்கொண்டு ஓடிவரும் மைதிலியை தடுத்து அறைந்த ராமமூர்த்தி அவளை அப்படியே வீட்டுக்குத் தூக்கிச் சென்றான். அன்றிலிருந்து பேச்சற்ற நிலையில் கிடந்த மைதிலி சில நாட்களுக்கு கத்திக் கொண்டும், மூர்க்கமாகவும் இருந்தாள்.

இளவழகனைத் தள்ளிய கிணற்றில் அன்றே ஒரு மாட்டையும் அறுத்துப் போட்டான் ராமமூர்த்தி. இளவழகனின் சட்டைப் பையிலிருந்து எடுத்த கைபேசியைப் பிரித்து சில்லு சில்லாக உடைத்து அழித்தான் கிருஷ்ணன். இளவழகனின் படத்தை காணவில்லை அறிக்கையில் பத்திரிகைகளுக்குக் கொடுத்தபிறகு அமைதியானது காவல்துறை.

சாமிக்காட்டின் தென்கிழக்கு மூலை புளியமரத்துக்கு அருகில் சென்றதும் சுமந்து வந்த கல்லை கீழே வீசினாள் மைதிலி. அங்கு நின்றிருந்த சாமியாரின் உதவியாளர்கள் இருவர் அவள் தலைமுடியைப் பற்றியிழுத்து மரத்தடியில் அமர்த்தினர். ஒரு மயிர்க் கற்றையைப் பிடித்துச் சுற்றி அடிமரத்தில் வைத்து ஆணி அடித்தனர். மரத்துடன் பிணைந்திருந்த முடிக்கற்றை வெட்டி விடப்பட்டதும் மைதிலி மயங்கிச் சரிந்தாள். உடனே அவளை மடியில் கிடத்தி தண்ணீர் தெளித்து குடிப்பதற்குக் கொடுத்தாள் ஜெயபாரதி.

மைதிலி இயல்பாகி சிரித்ததைக் கண்ட ஜெயபாரதி உன்மத்தம் தாளாமல் மகளைக் கட்டிக் கொண்டு அழுதாள். பல ஆண்டுகளுக்குப் பிறகு அவள் சிரிப்பதாக நினைவு சொன்னது. மூவரும் அவளைக் கைத்தாங்கலாக குடிலுக்கு நடத்திக் கொண்டு போனார்கள். இரவு உணவை முடித்த பிறகு ராமமூர்த்தியும் சரவணனும் கோயில் பிரகாரத்துக்குக் கிளம்பினார்கள்.

“சாமியார் கிட்ட மேக்கொண்டு என்னா சமாச்சாரம்னு பேசிட்டு, நாங்க ரெண்டு பேரும் அங்கியே படுத்துக்கிறோம். நீங்க நல்லா தூங்குங்க. காத்தால எழுந்து தயாரானதும் வீட்டுக்குக் கெளம்பிடுவோம். போற வழியில டிபன் சாப்டுக்கலாம்”

காலையில் நேர்த்தியாக தயாராகி நிற்கும் மைதிலியை பார்த்ததும் சரவணன் பிரம்மித்தான். அவள் வெளுத்த நீலத்தில் செம்மஞ்சள் கரையுடைய பருத்திப் பட்டுப் புடவையைக் கட்டி பொலிந்தாள். அவனைப் பார்த்ததும் அருகில் சென்று “மாமா” என அழைத்துச் சிரித்தாள். ராமமூர்த்தியும், ஜெயபாரதியும் அத்தருணத்தைக் கண்டு மகிழ்ச்சி பொங்க சிலாகித்தனர். காற்றை வெய்யில் உலர்த்தியிராத பொழுதிலேயே அவர்கள் கிளம்பினார்கள். காரில் சரவணனுக்கு அருகிலேயே முன்னிருக்கையில் அமர்ந்து கொண்டாள் மைதிலி.

பாதி தொலைவில் நெடுஞ்சாலை ஓரமிருக்கும் ஓர் உணவகத்தில் சிற்றுண்டிக்காக காரை நிறுத்தினான் சரவணன். நிறைய மரங்களோடும் செடிகளோடும் இருந்தது உணவகம். முகப்பில் நின்ற இரண்டு பனைமரங்கள் தனித்த அழகை அதற்கு வழங்கின.

“இங்க பாத்ரூம் அவுட்டர்ல இருக்கும். மொதல்ல எல்லாரும் போயிட்டு வந்துடுங்க. நா அப்பிடி ரோட்டுக்கா நின்னுட்டு வந்துட்றேன்”

அவர்கள் காரிலிருந்து இறங்கியதும் சொன்ன ராமமூர்த்தி, சிகரெட்டை எடுத்து பற்றவைத்துக் கொண்டே நெடுஞ்சாலைக்குச் சென்றான். மற்ற மூவரும் கழிவறைகளை நோக்கி நடந்தார்கள். ஜெயபாரதி வெளியே வரும் வரை கழிவறைக்கு வெளியே மைதிலி நின்றிருந்தாள். உணவகத்துக்குள் நுழைந்து நெடுஞ்சாலையைப் பார்க்கும்படியான கண்ணாடித் தடுப்புக்கு அருகில் அமர்ந்து உணவுக்குச் சொன்னார்கள்.

“மாமா வந்துட்டுங்கா”

“அவரு வருவாரு. நீ எல்லாருக்கும் இட்லி சொல்லுப்பா”

சரவணன் சொன்னதற்கு மறுத்தாள் ஜெயபாரதி. அவர்கள் மூவரும் முதல் விள்ளலைத் தின்று முடித்திருந்தபோது உணவகத்தின் வேலைக்காரச் சிறுவன் கத்திக்கொண்டு ஓடிவந்தான்.

“ரோட்டுல ஒருத்தரு அடிப்பட்டுக் கெடக்குறாரு”

எல்லாரும் எழுந்து ஓடினார்கள். நெடுஞ்சாலையின் நடுவில் ராமமூர்த்தி இரத்த வெள்ளத்தில் அசைவற்றுக் கிடந்தான். ஜெயபாரதி பெருங்கதறலுடன் உடலின் அருகில் ஓடினாள். மைதிலி சரவணனைப் பார்த்தாள். இருவரும் சிரித்துக் கொண்டார்கள்.

⊙

படிகப் பாடல்

அம்மா சொற்களை இழந்திருந்த காலைப் பொழுதின் மௌனம் உக்கிரமாய் அழுத்தியது. அந்தக் காலையின் முந்தைய நாள் கூட அவர் சில சொற்களை திக்கித் திணறி பேசியதாக ஞாபகம். தொடர்ந்த நாட்களிலொன்றில் அம்மா என்னிடம் ரேடியோ வேண்டும் என்று கேட்டார். அவருடையத் திணறலிலும் சைகையிலுமிருந்து அதை நான் ஊகித்துக் கொண்டேன்.

அம்மா நெடு நாட்களாய்ப் படுக்கையில் கிடந்தார். அவரைச் சுற்றி வீசும் மூத்திர நாற்றத்தை உள்வாங்கிக் கொண்டு அவர் எதிரில் அமர்ந்து என்ன வேண்டும் என்று நான் விசாரிக்கும் போதெல்லாம் மாரி கோல்டு பிஸ்கெட், குலாப் ஜாமூன், நன்றாகக் கனிந்த சாம்பல் வாழைப் பழம், ஆட்டோ பயணம், மாத்திரை என்றெல்லாம் கேட்பார். இப்போது ரேடியோ வேண்டுமென்கிறார்.

அத்தருணத்தில் இலேசான வியப்பும் திகைப்பும் கொண்டு அம்மாவைப் பார்த்தேன். என் உட்செவியில் விரல் சூப்பும் குழந்தை சித்திரத்தை அடையாளச் சின்னமாகக் கொண்ட மர்பி ரேடியோ ஒன்று கரகரக்கும் குரலில் ஒலிஒழுக்கை வழியவிட்டபடி கண்சிமிட்டியது. அது மெள்ள டெசிபலைக் கூட்டி பல ஹெர்ட்ஸ்களை மாற்றி தவளையின் அடித்தொண்டையில், கண்டங் காக்கையின் உலோகக் குரலில், பிறமொழியரின் மொழியில், விளங்கிக் கொள்ள முடியாதவற்றையெல்லாம் ஒலித்து கடைசியில் விரும்பிக் கேட்டதைப் பாடும் ஜீவனாய் நினைவில் சிரித்தது.

அம்மாவின் தொலைவுகள் இப்போது ஒரு கோரைப் பாய்க்குள் முடங்கிவிட்டன. அவருடைய பிரபஞ்ச வெளியே இப்போது அதுதான். அதற்குள்ளேயே அவர் வாழ்ந்து புனலாடிய பாலாறும், அதன் கரையோரத்து வீடும், அவர் கோலம் போட்ட வாசலும், அவர் அண்ணாந்து நோக்கிய வானமும், அவருடைய தோழிகளும் இருந்தனர். பின்னர் அதற்குள் அவர் வாழவந்த வீடும், அங்கு அவர் விறகுக்கும் கூலிக்கும் நீருக்கும் துவைப்புக்கும் நடந்த நிலங்களும் மலையும் இருந்தன. அம்மாவின் தற்போதைய ஒட்டுமொத்த வேதனைகளை நீக்கும் பரிகாரம் ஒரு சின்ன மாத்திரைக்குள் அடங்கிவிடுவதைப் போல அவர் வாழ்வும் இன்று ஒரு கோரைச் சுருளுக்குள் அடங்கிவிட்டது.

அம்மா ஏன் நடக்கவில்லை என்று வாதித்துக் கொண்டிருந்த நான் அம்மா ஏன் பேசவில்லை என்றும் கேட்டுக் கொண்டேன். நான் என்னுடைய தர்க்க அறிவைக் கொண்டு நிதம் நிதம் யோசித்தாலும் அம்மா நடக்கவில்லை, எதுவும் நடக்கவில்லை, அவர் பேசவில்லை என்பதுதான் உண்மைகளாக இருந்தன. உலகில் என் யோசனைகளுக்கு அப்பாற்பட்டவைகள் என்று எவ்வளவோ இருக்கின்றன தானே என்று எனக்கு நானே திருப்திபட்டுக் கொள்வதைத் தவிர வேறு நிஜமென்று எனக்கு ஒன்றில்லை.

அம்மாவின் ஊர் மலைகளற்றது. ஆற்றங்கரையில் இருப்பது. அவர் சிறுமியாக இருந்த காலத்தில் பரந்து விரிந்திருந்த தூயதும் வெண்மையும் கொண்ட பாலாற்றின் மணற் குன்றுகளில் நின்று பார்த்தால் வெகு தொலைவில் ஆட்டிடையன் கல்நிற்கும் மலை தெரியும். வேறு வகையில் எங்கும் அவர் மலைகளைப் பார்த்ததில்லை என்று சொல்வார். உறவுக்காரர்களின் வீடுகளும் கூட ஆற்றுக்கு இப்புறமும் அப்புறமும் தான். வீட்டிலிருந்தவரைக்கும் கால்நடையாகப் போகும் தொலைவுகளிலிருந்த ஒரு சில டெண்டுக் கொட்டகையில் சினிமாக்களுக்கும், திருவிழா கூத்துகளுக்கும் தன் வீட்டாருடன் போய் வந்ததன்றி வேறு எங்கும் சென்றதில்லை என்றும் நினைவு கூர்வார்.

ஆற்றோரத்து கொருக்கைவேலி பாதுகாப்பிலிருந்த நிலத்தில், வடகிழக்கு மூலையில் கட்டியிருந்த பரணிலேறி உண்டிவில்லால் குருவியோட்டி, சிறுபறைக் கொட்டி விலங்கு துரத்தி,

பசிய மலராயிருக்கும் கதிர் பழுப்பு வண்ணமாகும் வரை பொறுத்திருந்து, கேழ்வரகு காத்த பொழுதுகளில் பாலாற்றுச் சமவெளிக் காற்றுதான் அம்மாவுக்கு பேச்சுத்துணை. அது வகை வகையான ஒலிக்கீற்றுகளை கம்பீர நாட்டையில் கொண்டு வந்து அவர் செவியில் சேர்த்தன. ஆலய மணியோசை. கோயில் மணிச்சத்தம். அஜான் ஒலி. எதிர்கரை நிலத்துப் பேச்சு. வகை வகையான பறவைகளின் கீச்சல்கள். தொலைதூரத்து உலோகப்புனல் வழியவிடும் பாட்டு. எல்லாமே அம்மாவுக்குத் துணை. இவற்றுடன் சூரியன் உறங்கிடும் இரவுகளில் வீட்டுக்கு அருகிலிருந்த டெண்டுக் கொட்டகையில் பேசும் சித்திரங்களின் ஒலிகளையும் தினந்தோறும் அந்தக் காற்று கொணர்ந்து சேர்க்கும். காற்று வீசினால் அதை அனுபவிக்க முகம் திருப்பாமல் காதுகளைத் திருப்பிட அம்மா பழகியது அபோதுதான்.

கங்காசர மலையடிவாரத்தில் ஒடுங்கியிருக்கும் அப்பாவின் கிராமத்துக்கு உறவுகள் சூழ முதன் முதலில் பேருந்திலேறி அம்மா வந்தபோது காற்று வீசவில்லையே என்றுதான் நினைத்தாராம். அப்பாவினுடைய கிராமத்தில் நான்கு தெருக்களைத் தள்ளி எழுந்து நின்று ஒரு மிருகம் போல முறைக்கும் மலை அங்கு வீசிடும் காற்றையெல்லாம் தடுப்பதாகவும் ஒலிகளனைத்தையும் உட்கிரகித்துக் கொள்வதாகவும் சொன்னபோது அவரை அப்பா முறைத்தாராம்.

மலைகளுள்ள ஊருக்கு வாழ்க்கைப்பட்டு வந்த பின்னர் சமவெளிக் காற்று கொண்டுவரும் வெகு தூரத்து ஒலிக்கோவைகள் அம்மாவுக்கு கிடைக்காமல் போனதால் முதன் முதலில் ரேடியோ ஒன்று வேண்டுமென அப்பாவிடத்தில் கேட்ட தருணத்தை அம்மா ஒருமுறை துல்லியமாய் என்னிடத்தில் நினைவு கூர்ந்திருக்கிறார்.

அதிகாலமே எழும்பி பீடி இலைகளின் நடுநரம்புகளை சிறு கத்தியால் சீவத்தொடங்கி அம்மா இலைகளை வெட்டும் நேரமும் ஆல் இந்தியா ரேடியோவின் ஒலிபரப்புச் சேவை தொடங்கும் நேரமும் அனேகமாக ஒன்றாயிருக்கும். வானொலி நிலையத்தை திறக்கையில் ஏதோ ஒரு கருவி இசையை ரேடியோவில் ஒலிக்கவிடுவார்கள். அப்போது ஊரின் வடக்கு

மூலையில் கடை வைத்திருந்த செட்டியார் ஒருவர் கடையைத் திறக்கின்ற சம்பிரதாயம்தான் என் நினைவுக்கு வரும்.

கடைக் கதவின் குறுக்குச் சட்டமாகிய இரும்பு சட்டத்தைப் பிணைத்திருக்கும் பெரியகருப்பு பூட்டைத் திறந்த பின்னர் பல காலமாக கையாண்டு இழைந்திருக்கும் எண்ணிலக்கம் இடப்பட்ட சிறு சிறு பலகைகளை நிலைப்படியிலுள்ள காடியிலிருந்து வரிசைக் கிரமமாக எடுத்து வெளியே வைப்பார். அதைப் பார்க்கையில் உலகிலேயே சிறந்த செயலெனத் தோன்றும்!

அப்பாவுடனும் எங்களுடனும் பேசிய நேரம் போக மிச்ச நேரங்களிலெல்லாம் அம்மா ரேடியோவுடன் தான் பேசினார். அவற்றில் ஒலிக்கும் பாடல்களை இழைந்து முணுமுணுத்தார். பாடல்களின் முன்னிசை ஒலிக்கும்போதே அந்தப் பாடலை இன்னதென்று எங்களுக்குச் சொன்னார். பாடல்களின் விவரங்களை சொல்வதற்கு வர்ணனையாளர்களை முந்திக்கொண்டார். அவர்கள் அரிதாகச் செய்யும் சில தவறுகளை எங்களிடம் சுட்டிக்காட்டி திருத்தினார். அந்தப் பாடல்களின் படங்களையும் பாடகர்களையும் நடிகர்களையும் குறித்த மேலதிக விவரங்களை தெரிவித்தார்.

“பேசாம அத நிறுத்தி வச்சிட்டு நீயே பேசிப் பாடிடேன்!”

அப்பா சொல்வதை ஒரு சிரிப்புடன் பீடியிலைக் குவியலில் தள்ளினார் அம்மா. அம்மாவுக்கு கனதியாய் இழையும் குரல்கள் மீது தனிப்பிரியம் இருந்தது. சிதம்பரம் எஸ். ஜெயராமன், டி.ஏ. மோத்தி, திருச்சி லோகநாதன், கண்டசாலா, சீர்காழி கோவிந்தராசன், மலேசியா வாசுதேவன் இப்படி. திணைப்புலம் காத்த வாழ்வு போய் பீடியிலைகளை வெட்டியபடி நேரம் காக்கும் வாழ்க்கைக்குப் பழகிக்கொண்ட அம்மா சி.எஸ். ஜெயராமன் ரசிகையாக இருந்தது அப்பாவுக்கு விளங்க முடியாத புதிராய் இருந்தது.

ரேடியோவில் “வீணைக் கொடியுடைய வேந்தனே...” ஒலித்தால் பாடல் முடியும் வரை செய்து கொண்டிருக்கும் வேலை எதுவாயினும் அம்மா நிறுத்திவிடுவார். ஒருநாள் அப்பா சொன்னார்.

"என்ன கொரலிது? எதுவோ கத்துன மாதிரி?"

அம்மாவும் அப்பாவும் அன்று சண்டையிட்டார்கள்.

மணல் சுரண்டிக் கொழுத்தப் பின்னர் ஆறழிந்து சாக்கடை பிரயோகிக்கும் கரும் பரப்பில் இறங்கி ஏறிட்டுப் பார்க்கவொன்னா காலத்தில் அம்மா சிறுமியாய் நோக்கிய ஆட்டிடையன் கல்லும் அங்கு இல்லாமற் போய்விட்டது.

நான் அம்மாவுக்கு ரேடியோ வாங்கச் சென்று வந்தேன்.

எல்லாவற்றையும் தயார் செய்த பிறகு எஃப்.எம் ரேடியோவை ஒலிக்கவிட்டதும் சிதம்பரம் எஸ். ஜெயராமன் தான் அம்மாவுக்குப் பாடினார்.

"இன்று போய்...
நாளை வாராய் என
எனையொரு
மனிதனும் புகலுவதோ..."

தொல் நாளொன்றில் பீடியிலைகளை வெட்டிக் கொண்டிருக்கையில் ரேடியோவில் ஒலித்த அப்பாடலைக் கேட்டபோது மண்ணில் சிந்திய அம்மாவின் கண்ணீர்த் துளிகள் இரண்டு படிகங்களாய் உறைந்து எங்கள் முன் விழுந்து உடைந்தன. படிகத் துகள்கள் பொடிந்து நிர்மாணித்த காலத்தில் அம்மா சிறுமியானார். கடந்த காலத்தை ஒலிக்கும் பாடலும் இருக்குமா அம்மா? நாங்கள் உனக்காக கடந்த காலங்களைப் பாடுவோம்.

◉

மழையில் நனையும் நிஷாகந்தி

வானமும், மேகங்களும் இழைந்து புழங்கும் வெளியின் ஒரு துண்டு. மூன்று பக்கம் சுவரும், ஒரு பக்கம் கண்ணாடியும் கொண்ட தோர் அறை. மலைச் சிகரத்தில் சரிவை நோக்கியபடி இருக்கும் மனிதக்கூடு. நிர்மானித்த காலம் முதல் பறவைகளை எள்ளியபடி அது மிதந்து கொண்டிருந்தது.

அதன் அகத்தில் அவன் இருந்தான். கண்ணாடிச் சுவரின் திறப்பை கொஞ்சம் நெகிழ்த்தினாலும் குளிர்க்காற்று பாய்ந்து பற்றியது. கீழே பார்வையைத் தாழ்த்தினால் புற்படுக்கையின் மீது விழிக்கதிர் உருண்டு அதல பாதாளத்தில் ஓடிக்கொண்டிருக்கும் காட்டாற்றில் போய் விழுந்தது. கண்ணாடித் திரவம் பாய்கின்ற நீர்வழி. திவலைகள் தெறித்து, தண்ணீர்த் துகள்கள் பரவி, நீர்ப்புழுதியைப் படியவிட்டு கடக்கும் சிறுவெள்ளம். அவ்வப்போது மீன்கள் எழும்பி மறைந்தன.

நீ கனவை அடைய முயற்சி செய்கிறாய். நான் கனவாகவே இருக்கிறேன். வெகுதூரம் பயணம் செய்து, மலைச் சிகரத்தின் மீதேறி, களைத்து உட்கார்ந்திருக்கும் உன்னால், நீயே நிர்மானித்திருக்கும் இந்தப் பாவனை வெளியெனும் சுவரைத் தாண்டிவர முடியாது. நானோ இன்னும் மேலே பறப்பேன். எங்கும் சுற்றித் திரிவேன்! புதிர் சுவரை வருடியபடி எப்போதேனும் ஒரு பறவை அவனைக் கேலி செய்தபடியே கடந்தது. சில தும்பிகளும் வண்ணத்துப் பூச்சிகளும் தான்தோன்றித் தனமாகச் சுற்றின.

அவன் பாடத் தொடங்கினான். தும்பி வா தும்பக் குளத்தில்... தென்றல் வந்து தீண்டும் போது... இசையில் தொடங்குதம்மா...

இதயவானின் உதய நிலவே... நானன்றி யார்த் தொடுவார்... மாலையில் மலர் சோலையில்... இன்னும் என்னென்னவோ பாடல்கள். நினைவில் தெளிந்து எதிர்நீச்சல் பழகி மீன்களாய் மேலேறும் பாடல்கள். விரிந்தவானே வெளியே, திரிந்த காற்றே கதிரே... மனம் பிதற்றும் கவிதைகள். இவற்றுக்கு இடையில் தான் அவன் அறைக்குள் அவள் நுழைந்திருந்தாள்.

இலேசாகத் திறந்திருந்தக் கதவை அவள் தட்டியதும், உள்ளே வந்ததும் அவனுக்குத் தெரியவில்லை. அவன், வேதாந்தமே விஞ்ஞானமே விளங்க முடியாத அதிசயமே... என்று பி.பி. ஸ்ரீனிவாஸ் குரலில் கூடு பாய்ந்து மேலேறிக் கொண்டிருக்கையில் பின்னால் தொண்டையைச் செருமும் சத்தம் கேட்டு, இலேசான பதற்றத்துடன், அற்புதங்கள் ஒரு மனிதனின் வாழ்வில் எந்தக் கணத்தில் வேண்டுமானாலும் நிகழலாம் என்பதற்கு இதைவிட வேறேதாவது சான்று இருக்க முடியுமா என்றெண்ணிக் கொண்டு, அவளைப் பார்த்தான். அவள் ஒரு சிறு புன்னகைக் கரிசனமும் இன்றி அழைத்தாள்.

"நான் காட்டாத்துல குளிக்கணும். தொணைக்கு வரமுடியுமா?"

அவன் குழம்பினான். சிரிப்பதா வேண்டாமாவெனத் தவித்தான். அந்த ஒரு கணமே, அவளுடைய உருண்டை முகம் அவன் மனதில் பதிந்துவிட்டது. சரிவில் இறங்குகையில் அவளுடைய கால்கள் வரையாடுகளினுடையதாய் இருந்தன. அவனுக்கோ கால்கள் பின்னின. இவள் என்னைக் கவர்ந்து செல்ல வந்திருக்கும் நீர்கன்னியோ? அவள் சிரித்துக் கொண்டே திரும்பி, சொன்னாள்.

"தேவையில்லாத கற்பனையெல்லாம் வேணா!"

அய்யோ, என்ன இது? மனதைப் படிக்கும் இவள் யார்? அவன் மீண்டும் சிரிக்க முயன்று தடுமாறினான்.

"காட்டாத்துல குளிக்கலாம்னு நெனச்சேன். இந்த வழியும், ஆறும், கொஞ்சம் ரிஸ்க்கான எடங்களா பட்டுச்சி. யாராவது கூட இருந்தா நல்லாருக்குமேனு தோணுச்சி. நெனச்சுக்கிட்டே வரும் போது உங்க பாட்டு கேட்டது. மொழி... இல்ல... இசை என் தயக்கத்த ஓடச்சிடுச்சி. அதனால தான் உங்கள தொணைக்குக் கூப்டேன்"

அவன் முகத்தைத் தாழ்த்தி சரிவில் கவனத்தைச் செலுத்தினான். அவளோ பதிலை எதிர் நோக்காமல் விடுவிடுவென கீழே இறங்கிச் சென்று கொண்டேயிருந்தாள். இறுக்கமான ஷார்ட்ஸூம், தளர்வான பனியனும் அணிந்திருந்தாள். கால்களில் அருமையான ஷூ இருந்தது.

ஆற்றை நெருங்க நெருங்க காட்டுப் புற்களின் வாசனை அடர்த்தியாய் விரவி ஈரப்பதம் இமிரிய காற்று தழுவியது. எங்கும் காட்டுப் புற்கள். வேறு வகையான செடிகள் எவற்றையும் பார்க்க முடியவில்லை. காட்டாற்றின் நடுவே அங்கங்கே எழும்பி இருக்கும் பாறைகளில் மோதி நுரைத்துச் சுழித்து அங்கிருப்பவற்றோடு பேசிக்கொண்டே சென்றது நீர். கூப்பிடு தொலைவில், பாறைக் கூட்டங்களுக்கு அருகில், மணல் தேறியிருக்கும் ஒரு சிறு சமவெளியைத் தேர்ந்து, அவள் குளிக்கச் சென்றாள். அவன் வேறொரு பக்கம் நீரில் இறங்கினான். அது உறை நிலைக்குச் செல்லும் வெப்ப நிலையின் அருகிலிருந்தது.

அவர்கள் இருவரும் அப்படித்தான் அந்த மலையுச்சியில், மேகங்கள் தொட்டுச் செல்லும் அந்தர வெளியில், எப்போதும் மழைத்துளிகள் வீழ்ந்து கொண்டிருக்கும் குன்றில், பாறையொன்றின் மீது எழுப்பப்பட்டிருக்கும் சிறிய தங்கும் விடுதி அறையில் சந்தித்துக் கொண்டார்கள்.

ஆனால் உண்மையில் அதையே அவர்களுடைய முதல் சந்திப்பாகக் கொள்ள முடியாது. கோட்டயம் நகரத்துக்கு வடக்கே, வாகமன் நோக்கி முன்னேறும் சாலையில் பஜாஜ் அவெஞ்ஜெரில் அவன் போய்க் கொண்டிருக்கையில், அவளை முன்னமே பார்த்திருந்தான். தன்னுடைய ராயல் என்ஃபீல்ட் இன்டெர்செப்டார் பைக்கில் வேகமாக அவள் அவனைக் கடந்தாள்.

அவள் அணிந்திருந்த மேல் கோட்டுக்குள் காற்று நுழைந்து தழுவியிருந்தது. மொழுமொழுவென அழகானதொரு ஹெல்மெட், கண்ணாடி, கையுறைகள், காலில் கருத்த ஷூ, பழுப்புநிற ஜீன்ஸ் அணிந்திருந்தாள். இருக்கையில், அவளுக்குப் பின்னால், பயணப்பை உறுதியாகக் கட்டப்பட்டிருந்தது. அதனுள்ளே கேம்பிங் கியர்ஸ், கூடாரம், தூங்கும் பை, படுக்கை, சிறிய அடுப்பு, தேயிலை அல்லது காபிதூள், சர்க்கரை, சில

நொறுக்குகள், முதலுதவி மருந்துகள் அடங்கிய அத்தியாவசியப் பொருட்கள் உள்ளிட்டவை இருக்கும் என்பது அவனுக்குத் தெரியும். அவனும் கூட அவற்றை தன்னுடைய பயணப் பையுள் வைத்திருந்தான்!

அவள் அனுபவம் வாய்ந்த பயணியாக இருக்க வேண்டும் என்பது அவனுக்கு உறுதியாகிவிட்டது. திருப்பங்களில் இலாவகமாகத் திருப்பினாள். சக பயணிகளையும், வாகனங்களையும் கச்சிதமான இடைவெளியோடு கடந்தாள். சாலையில் தென்படும் ஆட்களில் சிலரை, அனிச்சையாய் திரும்பிப் பார்ப்பதைப் போல, அவளும் அவனை அனிச்சையாகத் திரும்பிப் பார்க்கும் சம்பவம் அப்போது நேர்ந்தது.

அவர்கள் குளித்துவிட்டு விடுதி அறையை நோக்கிய சரிவில் மேலேறிய போது அவள் உடல் இலேசாக நடுங்கியது.

“தண்ணி இவ்ளோ குளிர்ச்சியா இருக்கும்னு நான் எதிர்பாக்கல. விட்டா, அப்டியே ஒறஞ்சிருப்பேன்!”

அவன் எதுவும் சொல்லவில்லை. ஆனால் ஆமோதித்து தலையை ஆட்டினான்.

“ரூம் போனதும் எதையாவது சூடா ஆர்டர் செஞ்சி குடிங்க!”

அவள் புன்னகை செய்தாள். அடுத்த நாள் காலையிலேயே அவன் புறப்பட்டபோது அவளிடம் சொல்லிவிட்டுப் போகலாமென எண்ணினான். குளிக்கப் போகையில் அவளின் அறையெண்ணை சொல்லியிருந்தாள்.

அவளுடைய அறைக் கதவைத் தட்டியதும், மெல்லிய முணகலுடன் உள்ளே வரச்சொல்லி அழைப்பது கேட்டது. அவன் உள்ளே சென்று பார்த்தான். அவள் காய்ச்சலில் நடுங்கியவாறு கிடந்தாள். தொலைபேசியில் வரவேற்பறைக்கு அழைத்து, மருத்துவரை ஏற்பாடு செய்யச் சொன்னான். அவள் குணமடையும் வரை தன்னுடைய பயண திட்டத்தை அவன் துறக்க வேண்டியதானது.

வாகமனிலிருந்து திரும்புகையில் இருவரும் இணையாகவே தங்களின் வண்டிகளில் மலைப் பாதையில் கீழிறங்கி, கோட்டயம்

ரயில் நிலையத்துக்கு முன்னாலிருக்கும் ஒரு தேநீர்க் கடையில் தேநீரை பருகிவிட்டுப் பிரிந்தார்கள். இடையில் அவர்கள் நிறைய பேசிக் கொண்டார்கள். தன்னைக் குறித்து பெரிதாக ஒன்றுமே சொல்லாத அவள், உலகம் முழுவதையும் தன் இருசக்கர வாகனத்தால் சுற்ற வேண்டும் என்னும் ஆசையை மட்டும் அவனிடத்தில் அழுத்தமாகத் தெரிவித்தாள்.

அதன் பின்னர் வெவ்வேறு நிலப்பரப்புகளில் உயிர்த்துக் கொண்டிருந்த மனோரஞ்சனியும், ஞானகுருவும் கடிதங்களிலும், தொலைபேசியிலும் பேசிக்கொண்டனர். ஆசிரியர்களாய் இருந்த அவர்கள், தங்களுக்குக் கிடைத்த நீண்ட பள்ளி விடுமுறை நாட்களில், ஆண்டுக்கு மூன்று முறை சந்தித்து, ஒன்றாக பயணம் செய்யத் தொடங்கினார்கள். செப்டம்பரிலும், டிசம்பரிலும் கிடைக்கும் விடுமுறைகளை சில நேரங்களில் மழையும், பண்டிகைகளும் பங்கு போட்டுக் கொண்டன. கோடைக் காலங்கள் அவர்களை உற்சாகம் கொள்ள வைத்தன. பகுதி பகுதியாக இந்தியாவை முழுவதுமாகச் சுற்றிவிட வேண்டுமென தீர்மானித்துக் கொண்டார்கள்.

கன்னியாகுமரியிலிருந்து தொடங்கி, வங்காள விரிகுடா கரையை ஒட்டியவாறே கொல்கத்தா வரைக்கும். பஞ்சாப் தொடங்கி நாகாலாந்து வரை இமையமலையின் அடிவாரத்தை உரசியபடி. திருவனந்தபுரத்திருந்து தாத்ரா நாகர்ஹவேலி வரைக்கும். கம்பாத் மற்றும் கட்ச் வளைகுடாக்களையும், இந்தியப் பெரும் பாலைவனத்தையும் ஊடுறுவி பஞ்சாப் வரை. தமிழகத்தின் தென்முனையிலிருந்து இந்தியாவின் வடமுனை வரையும், பின்னர் மய்யப் பகுதியில் இடதும் வலதுமாய் ஒரு சிலுவையைப் போல. அவர்களின் சக்கரங்கள் மலைகளிலும், சமதளங்களிலும் உற்சாகமாய் ஏறி இறங்கின. விசிறும் காற்றில் அவர்களின் வாகனச் சத்தம் காற்றுவெளியைக் குடைந்தது. புதிய புதிய நிலப்பரப்புகளை வடிவமைக்கும் சிற்பிகளென தங்களை கருதிக்கொண்டார்கள். வகை வகையான நிலத் தோற்றங்களும், முகத் தோற்றங்களும், வாழ்முறைகளும், மொழிவழக்குகளும் உற்சாகப்படுத்தின.

பயணங்களின் இடையே கிடைத்த சொற்ப ஓய்வில், சொற்ப அளவில் அவர்கள் பேசிக்கொண்டார்கள். பெற்றோர்கள் பயணத்துக்குகந்த பைக்கை வாங்கிக் கொடுத்து உலகம் சுற்ற

வாழ்த்தியதை மனோரஞ்சனி ஆர்வத்தோடு சொன்னாள். இளமைகாலம் முதலே பைக்குகளின் மீது கொண்டிருந்த ஆர்வம், சாகசப் பயணங்களை மேற்கொள்ளும் ஆர்வமாக வளர வளர உருமாறியதை ஞானகுரு சொன்னான்.

ஒரு கோடையில் கொல்கத்தா சென்றபோது அவர்கள் அதிகம் பேசிக்கொள்ள முடிந்தது. வண்டிகளை நிறுத்திவிட்டு கால்நடையாகவே கொல்கத்தாவின் வீதிகளிலும் சாலைகளிலும் குறுக்கும் நெடுக்குமாய் அலைந்தார்கள். விக்டோரியா அருங்காட்சியகத்தை சுற்றியிருக்கும் மைதானங்களில் சிறுவர்களுடன் கிரிக்கெட் ஆடினார்கள். புனித பவுல் கதீட்ரலில் மனோரஞ்சனி நீண்ட நேரத்துக்கு மௌனமாக அமர்ந்திருந்தாள். அங்கிருந்து திரும்ப எண்ணிய மனோரஞ்சனியை சம்மதிக்க வைத்து சிங்கூர், புர்துவான், போல்பூர் வழியாக சாந்திநிகேதன் வரை பேருந்தில் அழைத்துச் சென்று வந்தான் ஞானகுரு. கொல்கத்தாவிலிருந்து பைக்குகளில் திரும்பும் வழியில், ஒரு காட்டிடையே, அகன்ற பாறையின் மீது, கற்திட்டைகள் நிறைந்திருந்த இடத்தில் அமர்ந்து, அவள் மெல்லிய புன்னகையோடு தலையாட்டிச் சம்மதிக்க, தன் காதலைத் தெரிவித்தான் ஞானகுரு.

அந்தக் காலைக்கு கொண்டலாத்தியின் குரல் பின்னணி பாடிக் கொண்டிருந்தது. தோட்டத்து செம்பருத்திகளில் தேன்சிட்டுகள் வந்து வந்து அந்தரத்தில் மிதந்தபடியே தேனை உறிஞ்சின. அவற்றின் சிறகடிப்பு தேன் குடிப்பதால் உண்டாகும் களிப்பா, அல்லால் தேன் குடிப்பதற்கு மேற்கொள்ளும் பாடா என்று நினைத்தான் ஞானகுரு.

படுக்கையிலிருந்து எழுந்ததும் பெரும்பாலும் தேநீர் தயாராகிவிட்டிருக்கும். மனோரஞ்சனி தூங்கிக் கொண்டேயிருப்பின் அவன் தயாரிப்பான். இல்லையெனில் அவள். மனோரஞ்சனியோ, ஞானகுருவோ முன்னறை நாற்காலியில் வந்து உட்கார்ந்திருக்கையில் ஒருவருக்கொருவர் கோப்பைகளை நீட்டிக்கொள்வார்கள். அவர்கள் இருவரும் தேநீர் பித்து கொண்டவர்கள். பலவிதமான சுவையும் மணமும் கொண்ட தேநீரை பருகியவர்கள். பைக் பயணத்தில் பல இடங்களில் தேநீரைச் சுவைத்து, எத்தனையோ விதமான பிராண்டுகளுக்கு தாவிப் பார்த்துவிட்டவர்கள்.

விரும்பிய பிராண்டுகளை வெளியிலிருந்து தருவிப்பது என்பது மாறி, ஊரைச் சுற்றியிருக்கும் அங்காடிகளில் கிடைக்கின்ற பிராண்டுகளையே வாங்கத் தொடங்கி, பலவற்றுக்கும் கடந்து, இப்போது ஆ.வே. தாமஸ் தங்க பிராண்ட்டை பருகினார்கள். அவள் நீட்டிய தேநீர் கோப்பையில் அதிகாலையின் மொத்த ரம்மியமும் வீசியது. நுண்மையான நுரை பொங்கிய தேநீரின் வட்ட முகம். ஆவி மெல்ல எழும்பி முகத்தில் படிந்து இதமளித்தது.

திரவங்களுக்கென்று ஒரு திடமான வடிவம் கிடையாது. அவை இருக்கும் பாத்திரத்தின் வடிவத்தை எடுத்துக் கொள்ளும். அல்லது அதைப் போலவே வடிவத்தை மாற்றும். நம்மால் ஏன் அவ்விதம் முடிவதில்லை என்று ஞானகுரு நினைத்தான். ஒருவேளை திட திரவ வாயுக்களின் கலவையினால் ஆன உடல் என்பதால் மனிதனுக்கு அப்படியொரு குழப்பம் மேலிடுகிறதோ என்று தோன்றியது.

அவள் ஒரு கோப்பையுடன் அவன் முன்னால் உட்கார்ந்துக் கொண்டாள். அவன் ஒரு புன்னகையுடன் அவளை நோக்கிவிட்டு, தூயதும் தெள்ளியதுமாயிருந்த இளங்காலை மனதின் துப்புரவிலிருந்து ஒரு கதையை எடுத்துச் சொல்லத் தொடங்கினான். அவன் அவளுடன் எல்லாவற்றையும் கதைப்பான். அவளும் அவனுக்கென்று சில கதைகளை வைத்திருப்பாள். அல்லது அவன் விவரிக்கையிலேயே, அவள் மனதில் ஆழப்புதைவிலிருந்து சில சடாரென முகிழ்த்துக் கிளைத்து வெளியே வரும். தேநீர் கோப்பை தீர்ந்து போவதற்குள்ளாக சொற்ப அளவிலேனும் சில கதைகளை அவர்கள் பகிர்ந்து முடித்திருப்பார்கள்.

அவ்விதம் அவர்கள் பேசிக்கொண்டிருக்கையில் தேன் சிட்டுகளும், சிட்டுக் குருவிகளும் முன்னறை கம்பிச்சுவரின் மேல் அமர்ந்தோ, அல்லது உள்நுழைந்து வந்தோ அவர்களைச் சுற்றிப் பறக்கும். முன்னாலிருக்கும் நாற்காலிகளில் அமர்ந்து பார்த்திருந்துவிட்டு மீளப்பறக்கும்.

ஞானகுருவின் கதைகள் புதிதாய் இருந்தன. ஆனால் மனோரஞ்சனியோ, நீண்ட நாட்களாய் அவனிடத்தில் ஒரே கதையையே சொல்லிக் கொண்டிருந்தாள். அதை ஒவ்வொரு

முறை சொல்லும் போதும், முதன்முதலாய் அவனோடு குளித்த நீரின் குளுமையை அவள் கொணர முயன்றாள்.

அவள் கதை தேங்கிய நீரின் மணம் கொண்டு, பல்வேறு உயிரினங்களைப் பெருக்கி, நெருக்கடிகளை அதிகரித்து நெளிந்தது. தன்னுடைய கதைகளை புதுப்பிக்க அவளுக்கு வழியேதுமில்லாமல் போய்விட்டது. அவர்கள் மணம் புரிந்துகொண்டு குடியேறிய வீட்டின் வாகன நிறுத்துமிடத்தில் கம்பீரமாக நிற்கவைக்கப்பட்டு பளபளவென மின்னிய அவளின் ராயல் என்ஃபீல்ட் இன்டெர்செப்டார், மங்கி மங்கி சிறிது சிறிதாக ஒளியிழந்து ஒருநாள் முற்றிலுமாக மறைந்து போனது.

பின்னர் வாகனம் நிறுத்துமிடத்தில் மனோரஞ்சனி மலர்ச் செடிகளை நட்டாள். அங்கு மலர்களிடத்தில் வந்த கொண்டலாத்திகளிடமும், வெள்ளைச் சில்லைகளிடமும் அவற்றின் சிறகுகளின் மீதமர்த்தி தன்னை எங்காவது வெகுதூரம் கூட்டிச் செல்ல வேண்டினாள். தோட்டத்தில் பூத்திடும் மலர்களின் மணங்களோடு பயணம் செய்வதற்கு யத்தனித்தாள். பட்சிகளும், புஷ்பங்களும் கைவிரித்த நிலையில் எண்ணங்களை மட்டுமே முடுக்கிவிட்டு பயணங்களை மேற்கொண்டு வந்தாள் மனோரஞ்சனி.

கதையென்பது என்ன? நம்முடைய கதையை நமக்கே சொல்லிக் கொள்வது தானே? அவனும் அவளும் பயணத்தின் போது சந்தித்துக் கொண்ட கதையை. பார்த்த இடங்களை. கிடைத்த அனுபவங்களை. அவன் அறிந்தக் கதையை அவளும், அவள் அறிந்தக் கதையை அவனும் தினந்தோறும் அவ்விதம் தான் சொல்லிக் கொண்டிருந்தார்கள். அன்றும் அப்படித்தான் ஞானகுரு கதையைச் சொல்லத் தொடங்கினான்.

ஆனால் மனோரஞ்சனி அவன் சொன்ன கதைகளைக் கேட்கவில்லை. நிர்தாட்சண்யமாய் முகத்தைத் திருப்பிக்கொண்டு வேறு திசைகளை நோக்கினாள். அவன் முகம் பார்க்க விரும்பாதவளாய் தோன்றிய மனோரஞ்சனியை எதிர்கொள்வதற்கு விரும்பாத ஞானகுரு திகைத்துத் தடுமாறினான். அவளே முகம் காட்டாமற் போனால் பிறகு யாரிடம் தன் சொற்களைச் சேர்ப்பது?

அவன் முகத்தை அவளும் அவள் முகத்தை அவனும் வெகு காலமாக பார்த்து வந்தனர். ஆழ்ந்து நோக்கி அவற்றின் அழகுகளையும், அசட்டுத்தனங்களையும், அசிங்கங்களையும் பரஸ்பரம் கண்டறிந்திருந்தனர். சொல்லப் போனால் அவன் முகம் அவளுடையதாகவும், அவள் முகம் அவனுடையதாகவும் இடம் மாறிவிட்டதாகத்தான் ஞானகுரு நினைத்தான். மணம் புரிந்துகொண்டோ, ஒன்றாகவோ வாழும் இணையரின் முகங்கள் பெரும்பாலும் ஒரே சாயலில் இருப்பதை தன் நெடுங்கால ஆய்வின் வழியே கண்டறிந்திருந்தான் ஞானகுரு. முகச்சாயல் ஒத்திருந்தால் தான் பிரியமே ஏற்படுகிறது. இது ஒரு வகையான சுயமோகம் என்றும் அவன் நினைத்தான். ஆழ்ந்த தியான மனநிலையோடு தேநீர் பருகும் இத்தருணத்தில் தன் முகமே தன்னை பார்க்காமல் போனால் என்செய்வது என்று துணுக்குற்ற ஞானகுரு, இன்று நாம் எங்காவது வெளியில் செல்லலாம் என்று மனோரஞ்சனியிடத்தில் சொன்னான்.

சிறப்பாய் தயாராகியிருந்தாள் மனோரஞ்சனி. அவளுக்குப் பிடித்தமான பருத்திப் புடவை. தலையில் அவள் வளர்த்த ரோஜாவில் இளையது. அப்படியே தழுவி உட்செரித்துவிடலாம் போல சுகந்த மணம். இப்போது அவனிடத்தில் இருந்த ஸ்பிளண்டரை மனோரஞ்சனி அந்நியமாய்ப் பார்த்தாள். இதற்கு முன்னால் பைக்கிலேயே உட்காராதவளைப்போல தடுமாறி பின்னிருக்கையில் அமர்ந்து அவன் தோளைப் பற்றிக்கொண்டாள். எங்காவது ஒரு மலைவாசஸ்தலத்துக்கு தன்னை அழைத்துச் செல்லும்படிக்கு ஞானகுருவை அவள் கேட்டுக் கொண்டாள்.

வீட்டிலிருந்து கிளம்பி சிறு நகரத்தைக் கடந்ததும் வந்த நெடுஞ்சாலையின் ஓரங்களில் பெரும் புளிய மரங்களும், தூங்கு மூஞ்சி மரங்களும் கிளைத்திருந்தன. அவளுக்கு எல்லாமே புதிதாகத் தோன்றின. சாலையோர உணவகத்தில் நின்றபடியே சிற்றுண்டியை முடித்துக் கொண்ட அவர்கள் அருகிலிருந்த செல்லாபுரியம்மன் சாமிச் சோலையில் இளைப்பாறினார்கள். பெரும் விருட்சங்கள் நிழல் பந்தலிட்டிருந்த அவ்விடம் அவளுள் மௌனத்தை நிறைத்தது. மனோரஞ்சனி எண்ணுவதை அங்கிருந்த நாகணவாய்ப் புட்கள் பிதற்ற முயன்றன. வானத்தை முட்டும் கற்தூண்களுக்கிடையில் கட்டப்பட்டிருக்கும் ஊஞ்சலில் பூமிக்கும் விண்ணுக்குமாக சென்று சென்று வந்த அவள்

சிறிது நேரத்தைக் கழித்து அங்கிருந்து புறப்படலாமென்று விரும்பினாள்.

பொழுது மெல்ல பொலிந்து வந்தது. வெய்யில் சுள்ளென்று கிள்ளியது. அங்கிருந்து பார்த்தாலேயே கிழக்கு திசையில் வானத்துக்கு சுற்றுச்சுவர் கட்டியதைப் போலத் தெரியும் மலையுச்சிக்குத்தான் அவர்கள் செல்வதற்கு தீர்மானித்திருந்தனர். அதற்கு இன்னும் பல கிலோமீட்டர்கள் போகவேண்டியிருந்தது. ஆனாலும் ஞானகுரு வேகத்தில் நிதானம் காட்டினான். மனோரஞ்சனியிடம் அவன் மட்டுமே பேசிக்கொண்டு சென்றான். அவளின் உம் கொட்டல்கள் மட்டுமே அவனுக்கு கேட்டுவந்தன.

அவர்கள் பாதி வழியைக் கடந்திருந்தார்கள். அந்த இடத்தில் நெடுஞ்சாலைப் பள்ளங்கள் புதிதாகச் செப்பனிடப்பட்டிருந்தன. அங்கு வேகத்தடை ஒன்று இருப்பதாக சாலையோரத்தில் வைக்கப்பட்டிருக்கும் தகவல் பலகை சொன்னது. ஆனால் சாலையில் வெள்ளை நிற டிவைடர்களோ, எச்சரிக்கைக் கோடுகளோ வரையப் பட்டிருக்கவில்லை. ஞானகுரு கூர்ந்து பார்த்தபோது சில மீட்டர் தொலைவில் கருநிறச்சாலை இலேசான வயிறு வீக்கத்துடன் படுத்துக்கிடந்தது. ஞானகுரு ஸ்பிளண்டரின் வேகத்தை வெகுவாகக் குறைத்தான். பைக்கை சாலையோரமாகவே செலுத்தினான். வியூபைண்டர் கண்ணாடியில் அவர்களின் பின்னால் ஒருவர் வண்டியில் வந்துகொண்டிருப்பது நிழல் தீற்றலைப் போல உள்ளே பதிந்தது.

மனோரஞ்சனி அவனிடத்தில் பேசத் தொடங்கினாள்.

“வாகமனில்...”

பெருவெடிப்பை போன்றொரு சப்தம் திடீரென்று எழுந்தது. என்ன நடக்கிறது என்று யூகிப்பதற்குள் பின்னால் வந்த வாகனம் அவர்கள் வாகனத்தின் மீது மோதியது. ஞானகுருவும், மனோரஞ்சனியும் வண்டியிலிருந்து கீழே வீசப்பட்டார்கள். ரத்தம் கசியும் உள்ளங்கைச் சிராய்ப்பைக் கொண்டே சாலையில் ஊன்றி எழுந்து நின்ற ஞானகுரு, பதற்றத்துடன் மனோரஞ்சனியைத் தேடினான். அவன் உடல் நடுங்கியது. இதயம் வேகமாகத் துடித்துக் கொண்டிருந்தது. பய உணர்வு கவ்விக்கொண்டது. ஸ்பிளெண்டர் சாலையின் நடுவில்

கவிழ்ந்துக் கிடந்தது. அவர்களை மோதிய பைக் சாலையின் ஓரத்தில் கவிழ்ந்திருந்தது. அதை ஓட்டிவந்திருந்த நடுவயது கடந்த மனிதர் அதன் அருகிலேயே கிடந்தார். மனோரஞ்சனி சாலை வேகத்தடையை தலையணைப்போல பாவித்துக்கொண்டு பேச்சுமூச்சற்று கவிழ்ந்து கிடந்தாள். மனோரஞ்சனியிடத்தில் ஓடினான் ஞானகுரு. அவன் கத்தல் அருகிலிருந்த ஊரையே எழுப்பியது.

ஆம்புலன்ஸ் வந்ததும், மருத்துவமனைக்கு சென்றதும் எதுவும் துல்லியமாக அவனுக்கு நினைவில்லை. அவர்களின் வண்டியை இடித்த பெரியவர் மயக்கத்தில் இருந்து தெளிந்துவிட்டதாகச் சொன்னார்கள். அவரைப் பற்றிய மேலதிக செய்திகளை ஞானகுரு கேட்டுக் கொள்ளவில்லை. மனோரஞ்சனிக்கு உயிர் இருக்கிறது என்று ஆம்புலன்ஸ் ஊழியர் சொன்ன பிறகே ஞானகுருவின் இதயத்துடிப்பு சீரானது. பரிசோதனைகள் முடிந்து, அவசர பிரிவில் சேர்த்து, அவனை பார்க்க அனுமதிப்பதற்கு சில மணி நேரமானது. ஆழ்ந்த உறக்கத்தில் இருப்பதைப்போல மனோரஞ்சனி படுத்திருந்தாள். உயிர் காக்கும் கருவிகள் அவள் உடலுடன் பொருத்தப்பட்டிருந்தன. அவளைப் பார்க்கையில் அழுகை பீறிட்டு வந்தது.

அவனை மருத்துவர் அழைப்பதாகச் சொன்னதும் சென்று மேசை முன்னால் காத்திருந்தான் ஞானகுரு. மீண்டும் அவன் இதயம் விசைகூட்டி துடிக்கத் தொடங்கியிருந்தது. சில நிமிடங்களில் அங்குவந்த மருத்துவர் மிக இயல்பாக அவனை விசாரித்தார்.

“நீங்க ஓக்கே தானே?”

“ஆமா சார்.. என்னோட ஒய்ஃபுக்கு...”

“ஷி ஈஸ் ஓக்கே! தலையில அடிபட்டிருக்கு. அவங்க கோமாவுல இருக்காங்க. மேபி இது ஷார்ட் டைம் கோமாவாகூட இருக்கலாம். இப்ப உயிர் பொழச்ச மாதிரி, கோமாவுலர்ந்தும் திடீர்னு கண் முழிக்கலாம்”

“சார்...”

“அப்புறம் இன்னொன்னு. ரெக்கவரி ஆயிட்டாங்கனா, அதுக்குப் பிறகு அவங்க நினைவாற்றல் எப்படி இருக்கும்னு சொல்ல முடியாது. மெமரி லாஸ் இருக்கும்”

ஞானகுரு அதிர்ச்சியுடன் மருத்துவரைப் பார்த்தான். அவர் தொடர்ந்தார்.

"ஆமா. ஒருவேள அவங்க உங்களையே அடையாளம் காணாமப் போனாலும் ஆச்சரியமில்ல. பாக்கலாம். எல்லாமே நம்பிக்கை தான்"

ஞானகுரு இன்னொரு முறை சார் என்றான். எத்தனை முறை சார் சொன்னாலும் அதுதான் செய்தி என்ற பாவனையோடு மருத்துவர் இருந்தார்.

தொடர்ந்த நாட்களில் வீட்டுக்கும், மருத்துவமனைக்குமாக போய்வந்து கொண்டிருந்தான் ஞானகுரு. மனோரஞ்சனி கண்விழிப்பாளா என்று நினைப்பதை விடவும், அவள் தன்னை அடையாளம் கண்டுகொள்வாளா என்று நினைப்பதிலேயே மனம் உழன்றது. பலவாறாக நினைத்து நினைத்து தன்னை நிதானப்படுத்திக் கொள்வதற்கு முயன்றான் ஞானகுரு.

ஒருவாரம் கழிந்திருந்தது. அந்த நாளின் மஞ்சள் வெய்யில் துலங்கும் மாலை வேளையில், மனோரஞ்சனி கண்விழித்து விட்டாளென்று கூவிக்கொண்டே அவனிடத்தில் ஓடிவந்தாள் செவிலி. ஞானகுரு எழுந்து ஓடினான். சில நிமிடங்களுக்கெல்லாம் மருத்துவரும், ஞானகுருவும், செவிலியும் மனோரஞ்சனியின் படுக்கையருகில் இருந்தார்கள்.

ஞானகுருவின் முகத்தில் அழுகையும், மகிழ்ச்சியும் தளும்பிக் கொண்டிருந்தது. மனோரஞ்சனியை பிரேமையுடன் நோக்கினான். அவள் எல்லோரையும் குழப்பத்துடன் பார்த்தாள். இலேசான வலியில் அவள் முணகுவது கேட்டது. அவள் அருகில் சென்ற ஞானகுரு அவளுடைய கையைப் பற்றிக்கொண்டான். அவள் வினோதமாக நிமிர்ந்து பார்த்தாள்.

"நான் ஹாஸ்பெட்டலுக்கு ஏதுக்கு வந்தேன்?"

ஞானகுரு அவளை மிரட்சியுடன் பார்த்தான். அவளிடத்தில் முதல் சொல்லாக எதை உதிர்க்கலாமென்று போராடியது அவன் மனம். மனோரஞ்சனியின் பார்வையிலிருந்த அந்நியமோ இன்னும் விலகிடவில்லை.

"நீங்க யாரு?"

அவனைப் பார்த்து மனோரஞ்சனி அவ்விதம் கேட்டதும் வெடித்து அழத் தொடங்கினான் ஞானகுரு. அவன் தோளை அழுத்திய மருத்துவர் சொன்னார்.

"கண்ட்ரோல் யுவர்செல்ஃப். கண்டிப்பா அவங்களுக்கு பழய நினைவுகள் திரும்பும். அதுவரைக்கும் நீங்க அவங்கள பொறுமையா கவனிச்சிக்கணும்"

மருத்துவமனையிலிருந்து வீட்டுக்கு வந்துவிட்ட பிறகு மனோரஞ்சனியை கவனித்துக் கொள்வதற்கென நீண்ட விடுப்பை ஞானகுரு எடுக்கவேண்டியிருந்தது. முதல் வேலையாக தன்னுடைய ஸ்பெளெண்டரை விற்றுவிட்டு பஜாஜ் அவெஞ்ஜர் வாங்கினான். மனோரஞ்சனிக்கென ராயல் என்பீஃட்ல் இண்டெர்செப்டாரை வாங்கி நிறுத்தினான். மீண்டும் பைக் பயணத்தை திட்டமிட்ட ஞானகுரு, மனோரஞ்சனியை தன்னுடைய பஜாஜ் அவெஞ்சரில் அழைத்துக் கொண்டு வாகமனுக்குக் கிளம்பினான்.

வானமும், மேகங்களும் இழைந்து புழங்கும் வெளியின் ஒரு துண்டு. மூன்று பக்கம் சுவரும், ஒரு பக்கம் கண்ணாடியும் கொண்டதோர் அறை. மலைச் சிகரத்தில் சரிவை நோக்கியபடி இருக்கும் மனிதக்கூடு. நிர்மானித்த காலம் முதல் பறவைகளை எள்ளியபடி அது மிதந்து கொண்டிருந்தது. அதன் அகத்தில் அவர்கள் இருந்தனர்.

கண்ணாடிச் சுவரின் திறப்பை கொஞ்சம் நெகிழ்த்தினாலும் குளிர்க்காற்று பாய்ந்து பற்றியது. கீழே பார்வையைத் தாழ்த்தினால் புற்படுக்கையின் மீது விழிக்கதிர் உருண்டு அதல பாதாளத்தில் ஓடிக்கொண்டிருக்கும் காட்டாற்றில் போய் விழுந்தது. கண்ணாடித் திரவம் பாய்கின்ற நீர்வழி. திவலைகள் தெறித்து, தண்ணீர்த் துகள்கள் பரவி, நீர்ப்புழுதியைப் படியவிட்டு கடக்கும் சிறுவெள்ளம். அவ்வப்போது மீன்கள் எழும்பி மறைந்தன.

⊙

மறைவானதன்று

பிலால்பேட்டை சுடுகாட்டுப் புளியமரத்துக்கு அடியில் கப்பல்துரை சீட்டாடிக் கொண்டிருந்தபோது முனியம்மாள் பாட்டி உயிரை விட்டாள். அவர்கள் இருவருக்கும் இடையே அப்போது ஒரு பர்லாங் தூரமும், ஒரு காட்டாறும் இருந்தன. ஒருவேளை முனியம்மாள் பாட்டியின் உயிர் பிரிந்தநேரத்தில் கப்பல்துரை சீட்டை வெட்டியும், இறக்கியும் தொடையைத் தட்டி எழுப்பிய வெறிக்கூச்சல் இன்னும் தீவிரமாகக் கேட்டிருக்கலாம். அந்தப் புளியமரத்துக் கூட்டிலிருந்த காகங்கள் உரக்க இரைந்து பறந்திருக்கவும் கூடும்.

தெளிவாக இளம் வெய்யில் கதிர்பாய்ச்சிக் கொண்டிருந்த அன்று காலையில் அவளின் உயிர் இழுபட்டுக் கொண்டிருப்பதாய் கேள்விபட்டு வந்து பார்த்த கப்பல்துரை இலேசாகத் துணுக்குற்றான். அவனுக்கு அவளை அப்படிப் பார்க்கப் பிடிக்கவில்லை. மல்லாந்து படுத்திருக்கும் அவள் உடலில் நெஞ்சுக்கூடு மேலும் கீழுமாக விசை கூட்டி எழும்பித் தாழ்கிறது. கழுத்து தொடங்கி தலை வில்போல் வளைகிறது. விழிகள் வெள்ளைப்படர மேல்நோக்கி சொருகுகின்றன. ஏதோ வினோத விலங்கு ஒன்றைப்போல மூச்சை விடுகிறாள். உறுதியாக இவள் முனியம்மாள் கிடையாது.

“இத்தயெல்லாம் என்னால பாக்க முடியாதுடா எப்பா”

அங்கிருந்த பெண்கள் அவனிடம் கொஞ்சம் பாலையாவது அவள் வாயில் ஊற்றிவிட்டுப் போகச் சொன்னார்கள். அவன் முடியாதென்று போய்விட்டான். எல்லாமே திடுமென நடந்து முடிந்துவிட்டது. மாதக்கணக்கில் கூட அவள் நோய்வாய்ப்

படுக்கவில்லை. இப்போது, மஞ்சு போர்த்திய குடிசைக்கு நடுவில், நைந்த பாயின்மேல் அவள் உடல் கிடந்தது.

ஆணும் பெண்ணும் என முனியம்மாள் ஏழு பிள்ளைகளைப் பெற்றாள். அவளின் பிள்ளைகள், பேரப்பிள்ளைகள் எல்லாரும் அவளைச் சுற்றித்தான் வாழ்ந்து வந்தனர். மகள்களும் பேத்திகளும் கூட வெகு தொலைவுக்கெல்லாம் கட்டிக்கொண்டு சென்றுவிடவில்லை. அவர்கள் எல்லாம் அந்த ஊரின், அந்தத் தெருவின் சில வீடுகளிலேயே வாழப் புகுந்தனர். அந்த வீதியும், ஊரும் அவளின் சந்ததிகளால் நிறைந்திருந்தது. மனிதப்பயிர் விதைகளை உழத்தி போல் ஊர் முழுக்கத் தூவியிருந்தாள் முனியம்மாள்.

கணவன் பொன்னப்பன் செத்துப் போனதற்குப் பிறகு அவளுக்கு யார் வீட்டிலும் இருக்கப் பிடிக்கவில்லை. தனியே பொங்கித்தின்று, தனியே தூங்கி விழித்து, தனியே பிழைத்திருந்தாள். பிள்ளைகளே ஆனாலும், எப்போது சோறு தருவார்களோ என்று எதற்குக் காத்திருக்க வேண்டும்? சரங்கா அரிசி போட்டு பொங்கிக் கொண்டால் அன்றைய பொழுது போய்விடுகிறது! அவர்கள் சொல்லும் இடத்தில் படுத்து, அவர்கள் சொல்லும் நேரத்தில் பேசி, அவர்கள் சொல்லும் படிக்கு இருந்து! காட்டு விலங்கொப்ப வாழ்ந்த முனியம்மாள் தன்மக்களைப் பார்த்து 'தூ...... பலா' என்று சொல்லி விட்டாள்!

கப்பல்துரை மட்டும் அவளின் குடிசைக்குள் சுதந்திரமாக நுழைந்து வெளியேறும் தெசையைப் பெற்றிருந்தான். முனியம்மாளின் நடுபையனுக்குப் பிறந்தவன் அவன். அவள் வயதொத்தவர்கள் சொல்லி நகைத்தார்கள்.

"பேசாம உம் பேரனையே கட்டிக்கியேன்டி முனி"

"அப்பிடிக்கூட செய்வேன். என்னான்றிங்கடி?"

முனியம்மாள் அவர்களுக்குச் சொன்னாள். கப்பல்துரை அவளுக்குப் பிடித்த நொறுக்குத் தீனிகளை அவ்வப்போது வாங்கி வந்தான். நாட்டுச் சாராயமோ, சீமைச் சரக்கோ அவற்றில் இருந்தன. சில நேரங்களில் நேரம் கரைவது தெரியாமல் அவளுடன் அமர்ந்து சிரிக்கச் சிரிக்கப் பேசிக்கொண்டிருந்தான். கப்பல்துரையிடம் பேசும்போது மட்டும் முனியம்மாள் ஒரு

சிறுமியைப் போன்றோ, ஒரு கன்னிப் பெண்ணைப் போன்றோ மாறினாள். தன்னிடம் புதையுண்டிருக்கும் எழுபதாண்டு நினைவுகளை அப்படியே ஒரு துளியும் சொட்டிடாமல் அவனிடத்தில் கைமாற்றிவிட எண்ணினாள். அவனுக்கு மட்டும் அவளிடத்தில் எதுவும் மறைவானதில்லை. 'கப்பதொர' என்று அவள் அழைத்தால் அவன் முகம் விரிந்து, கண்களில் ஈரப்பசை கூடும். உன்மத்தம் பொறுக்காமல் சில நேரங்களில் நெருங்கிச் சென்று இறுக்கிப்பிடித்து முத்தம் கொடுத்துவிடுவான்.

நான்கைந்து ஆட்டம்தான் முடிந்திருக்கும். அதற்குள், கப்பல்துரையின் தம்பி ஒருவன் மூச்சிரைக்க பிலால்பேட்டை சுடுகாட்டுக்குள் ஓடிவந்து விசயத்தைச் சொன்னான்.

"கப்பல்ணா, பாட்டி உயிருட்டுட்சிணா"

சீட்டை இறக்கிக்கொண்டே முகத்தை அண்ணந்து சுருக்கிப் பார்த்தான் கப்பல்துரை. கையிலிருந்த ஒரு சீட்டை தன்னையும் அறியாமல் இறக்கி விட்டுவிட்டதைப் போன்ற உணர்வு அப்போது உருவானது. ஒரு சிட்டிக்கை நேரம் கூட அப்படி அவன் இல்லை. பிறகு மீண்டும் ஆட்டத்தைத் தொடங்கிவிட்டான். அவனைப் பார்த்துக் கொண்டு அங்கேயே நின்றிருந்த சிறுவனை சிறிது நேரத்துக்குப் பிறகு ஏறிட்டுப் பார்த்துவிட்டு, வீட்டுக்குப் போகச் சொன்னான்.

"நீ போடா. வர்றேன்"

அவனுடன் சீட்டாடிக் கொண்டிருந்த நான்கு பேரும் ஆட்டத்தைப் பாதியிலேயே நிறுத்தவும் முடியாமல், கப்பல்துரையிடம் கேட்கவும் முடியாமல், அவன் முகத்தை முகத்தை பார்த்தபடியே ஆடிக்கொண்டிருந்தனர். அவனிடம் ஏதாவது கேட்டால் அசிங்கமாகத் திட்டுவான் என்பதும், சில நேரங்களில் அடித்தும் விடுவான் என்பதும் அவர்களுக்குத் தெரியும். கையிலிருந்த ஆட்டம் முடிவதற்கும் ஊரில் மேளம் அடிப்பதற்கும் சரியாக இருந்தது. ஆட்டத்தை ஜெயித்த தெம்புடன் உற்சாகமாக எழுந்த கப்பல்துரை அவர்களைப் பார்த்து சொன்னான்.

“டேய், எம் பாட்டிய எடுக்கிற வெரிக்கும் எவுனும் எங்கியும் போக்கூடாது. தண்ணி, டப்பாசு, மால, மெரியாத, ஆட்டம், பாட்டம் எல்லாம் சும்மா திர்நா மாரிகீணும்”

“என்னாடா மச்சான் டேய். இத நீ சொல்ணுமா?”

எதிரில் நின்றவர்களில் ஒருவன் சொன்னான். கப்பல்துரை நடக்கத் தொடங்கியதும் அவர்கள் எல்லாரும் பின்னாலேயே போனார்கள். சுடுகாட்டுக் கரையாகவும் இருந்த காட்டாற்றுக் கரையின் சரிவில் இறங்கி, மணலில் நடந்து எதிர்கரையில் ஏறினார்கள். இப்போது மேளச்சத்தம் இன்னும் நெருக்கமாகக் கேட்டது. அங்கிருந்து ஊருக்குப் போகின்ற ஒற்றையடிப் பாதையில் அவர்கள் நடந்தார்கள். பாதையைத் தவிர்த்த இடங்களில் செடிகொடிகளும், உயிர்வேலி முள்மரங்களும் அடர்த்தியாக வளர்ந்திருந்தன.

அவனை சாப்பிடுவதற்குக் கூப்பிடுவதற்காக அந்த வழியில் பலமுறை முனியம்மாள் பாட்டி வந்தது கப்பல்துரையின் நினைவிலாடியது. காட்டாற்றுக் கரையின் மேல் நின்றபடி பெருங்குரலெடுத்து அவனை கூப்பிடுவாள் முனியம்மாள். என்ன ஆட்டமென்றாலும் அவள் குரலுக்கு எழுந்து வந்துவிடுவான் கப்பல்துரை. கொஞ்சம் பொறுத்து, அவளுடன் சாப்பிட்டுக் கொண்டிருக்கையில் திட்டுவான்.

“எதுக்கு அப்பிடி வந்து கத்தற?”

“யார்றா கத்தற்து? வெகுத்துக்குகூட இல்லாம அப்பிடி என்னாடா உனுக்கு ஆட்டங் கேக்குது? சின்னாப்புலர்ந்தே உனுக்கு செல்லங்குடுத்து குடுத்து நாந்தான் கெடுத்துட்டதா, ஒங்கொப்புங்காரன் சாப்பிச்சிணு கீறான். உன்னும் ஒடம்பு காஞ்சி போய்டியானா என்ன அவஞ் சும்மா உடுவானாடா?”

“என்னா, இப்ப நா சும்மா சுத்தறன்னு சொல்றியா?”

“நா ஒன்னுத்தையுஞ் சொல்லல, நீ ஒளுங்கா சாப்டுட்டு எங்கியானா போடா சாமி”

முகத்தில் அடிப்பது போல நீண்டிருந்த முள்மண்டைகளை இலாவகமாக விலக்கிக் கொண்டே நடந்தான் கப்பல்துரை.

தெருவுக்குள் நுழைந்ததும் நேராக முனியம்மாளை வைத்திருந்த கண்ணாடி பதனப்பெட்டியின் அருகில் போய் நின்றான். அப்போது அங்கிருந்த பெண்கள் பெருங்குரலெடுத்து அழுதார்கள்.

“ஏய் முனியம்மா, ஒங் கப்பதொர வந்துக்கீறாம் பாருயே!”

அவன் கண்ணாடிப் பெட்டியுள் இருக்கும் பாட்டியையே பார்த்துக் கொண்டிருந்தான். தண்ணீருக்குள் மூச்சுத் திணறாமல் படுத்திருப்பது போலத் தெரிந்தாள் கிழவி. அவ்விதம் அவளைப் பார்த்த கணம் அவன் உடலில் ஓர் இறுக்கம் வந்தது.

“என்னா கெத்து தெரிமா நீ. அப்பிடியே சும்மா சிங்கம் மாரி. இங்கக்கீற ஒர்த்தன மதிச்சதில்ல, ஒர்த்திய மதிச்சதில்ல. அது ஒன்னு போதும் எனுக்கு”

கப்பல்துரை நாக்கை மடக்கிக் கடித்துக் கொண்டு விறைப்பாகச் சொன்னதும் அங்கிருந்த பெண்கள் அழுவதை நிறுத்திவிட்டார்கள். சிலர் அவன் சொன்னதைக் கேட்டு முகத்தைக் கோணினார்கள். அவனை அங்கிருந்து அழைத்துக் கொண்டு போகச் சொல்லி ஆண்கள் சிலர் அவனுடைய நண்பர்களிடத்தில் இரைந்தார்கள்.

“அவன அப்பிடி கூப்டுணு போங்கடா டேய். சும்மா எத்தையாவது பேசிக்கிணு”

கப்பல்துரையின் நண்பர்கள் அவனை அழைத்துக் கொண்டு போவதற்காக அருகில் வந்து தோள்மீது கைவைத்தபோது அவன் மேலும் விறைப்புடன் கத்தினான்.

“எம் முனியம்மாடா அவ! எம் முனியம்மா! என்னா கெத்து தெரிமா? இங்கீற ஒரே ஒர்த்திக்கூட, ஒர்த்தங்கூட அவள என்னான்னு கேட்டதில்ல. அவுளும் போங்கடா கூ.... பசங்களானு சட்டையே பண்ணிக்கல! டேய்... டேய்... அவ பெத்து உட்ட பசங்கடா இதுங்க! இதுங்கப் போயி அவள... ச்சே! இப்ப மட்டும் இவளுங்க எதுக்கு அளணும்? யாரானா அளந்திங்க... நாஸ்தி பண்ணிடுவேன்”

நண்பர்கள் அவனை நெட்டித்தள்ளிக் கொண்டு போனார்கள். அவன் முரண்டு பிடித்தபடியே அவர்களுடன் போனான்.

சாவு வீட்டுக்கு கொஞ்சம் தள்ளி இருக்கும் ஒரு வீட்டுச் சந்தில் நுழைந்த கப்பல்துரை முனியம்மாளின் குடிசைக்குள் புகுந்து ஒன்றும் பேசாமல் சிறிது நேரம் அமைதியாக உட்கார்ந்திருந்தான். அவன் உடல் தவிப்படைவதைப்போல மூச்செடுத்து மூச்செடுத்து அடங்கிக் கொண்டிருந்தது.

இயல்புக்குத் திரும்பியதும் ஏதோ தோன்றியதைப் போல் எழுந்த அவன் குடிசை முழுவதும் தேடத் தொடங்கினான். அவள் எங்கு எதை வைப்பாள் என்று அவனுக்குத் தெரியும். சில அலுமினிய குண்டாக்களும், ஒன்றிரண்டு பழைய பானைகளும் இன்னும் அவளிடம் இருந்தன. குடிசையின் சுவர் ஓரத்தில் ஒழுங்குடன் அடுக்கி வைக்கப்பட்டிருந்த அவற்றில் அரிசியையும் தானியங்களையும் போட்டு வைத்திருந்தாள் முனியம்மாள். சில பாத்திரங்களில் கடைச் செலவுகள் இருந்தன. குடிசையின் மூலையில் கூரை வாசங்களுடன் பிணைத்துக் கட்டியிருந்த கொடிக்கயிற்றில் உடுப்புகள் தொங்கின.

கப்பல்துரை ஒவ்வொரு பாத்திரமாகத் தேடினான். பழைய டிரங்குப் பெட்டியைத் திறந்து பார்த்தான். பானைகளை பிரிமனையிலிருந்து தூக்கி தூர வைத்துவிட்டு அவை இருந்தத் தரையை உதைத்தான். மாறுபாடான எந்தச் சத்தமும் அங்கிருந்து எழவில்லை. பானைகளில் கைவிட்டுத் துழாவினான். ஒரு பானையில் கேழ்வரகு தானியங்களுக்கு உள்ளே இருந்த சிறுதுணிப் பொட்டணம் ஒன்று அவன் கையில் தட்டுப்பட்டது. கப்பல்துரை வியப்புடன் அதை வெளியில் எடுத்துப் பார்த்தான். சிரித்துக் கொண்டான். அவன் வாய் முனியம்மாளை செல்லமாகக் கடிந்துகொண்டது.

“கள்ளி... கள்ளி”

சிறு தேங்காய் அளவுக்கு இருந்த அந்தத் துணிப் பொட்டணத்தை கப்பல்துரை குத்துக்காலிட்டு உட்கார்ந்தவாறு பிரித்தான். அவனுடைய நண்பர்கள் ஆர்வத்துடன் பார்த்தனர். பொட்டணத்தினுள்ளே நிறைய ஐந்து ரூபாய் நாணயங்களும், நன்றாக மடித்துச் சுருட்டி ரப்பர்பேண்டுகள் போடப்பட்ட ரூபாய்த்தாள் கத்தைகளும் இருந்தன. அவற்றுடன் மூக்குத்தி ஒன்றும், இரண்டு கம்மல்களும் பளிச்சிட்டன. கப்பல்துரை தன் நண்பர்களை அண்ணாந்து பார்த்தான். அவர்கள் பிரம்மிப்பில்

இருந்தனர். கப்பல்துரைக்கு அவனையும் மீறி நெஞ்சை உந்திக்கொண்டு அழுகை பீறிட்டு வந்தது.

“பாத்திங்களாடா... இத்தான்டா எம் முனியம்மா. செத்ததுக்கு அப்பாறமும் ஒரே ஒர்த்தன் தயவ நாடல பாத்தியா! கெத்து காட்டிட்டாடா. கெத்து காட்டிட்டா!”

நீர் கசியும் கண்களை வேகமாகத் துடைத்துக் கொண்டான். அந்தச் சிறு மூட்டையை அப்படியே சுருட்டி இறுக்கிப் பிடித்துக்கொண்டு சாவு வீட்டைப் பார்த்து ஓடினான். முனியம்மாளின் பிணத்துக்கு எதிரில் நின்று உற்சாகமாகக் கத்தினான்.

“ஏய் முனியம்மா. உன்ன நீ நிரூபிச்சிட்டயே. நீ சாதாரண ஆளில்ல!”

சாவு வீட்டருகில் இன்னும் சிறிது கூட்டம் கூடியிருந்தது. அவர்கள் எல்லாரும் பரபரப்புடன் மறுபடியும் கப்பல்துரையைப் பார்த்தார்கள். கையிலிருந்த துணிப் பொட்டணத்தை உயர்த்திக் காட்டி அவன் சொன்னான்.

“எம் முனியம்மாக்கு ஒரே ஒர்த்தன் செலவு செய்யமாணாங்டா! உங்கப் பிச்சக் காசு அவுளுக்குத் தேவல்ல. அவ சாவுச் செலவுக்கு, அவளே துட்ட சேத்து வெச்சிட்டுப் பூட்டா. எவம் பிஸ்கோத்துக் காசும் மாணாடா! இத வெச்சிக்கினு நானே செலவு செஞ்சி, அவள எடுத்துப் போட்றேன். உங்க தயவுல அவ பொணம் போச்சின்னா, அவ உயிர் அடங்காது!”

கப்பல்துரை சொன்னதைக் கேட்டதும் அங்கிருந்த பெண்கள் ஆளாளுக்கு பேசத் தொடங்கினார்கள். அவனுடைய சித்தப்பாக்களில் சிலர் அவனை அடிப்பதற்கு எழுந்து ஓடி வந்தார்கள். ஊர் ஆண்கள் சிலர் அதைத் தடுத்தார்கள். கப்பல்துரையின் நண்பர்கள் அவனைச் சூழ்ந்துக் கொண்டார்கள். கப்பல்துரை கோபத்தில் மேலும் எகிறினான்.

“டேய்... என்னா அடிக்கிறீங்களா? வாங்கடா அடிங்க! பெத்தவளுக்கு கஞ்சி ஊத்த வக்கில்லாத பசங்களெல்லாம் வந்து அடிங்டா! ஆனா ஒன்னு. எம் மேல கை வெக்கிற ஒர்த்தனக் கூட சும்மா உடமாட்டேன். யாங்கிட்ட வாங்கற அடி,

எம் பாட்டிக்கிட்ட வாங்கற அடி. வாங்கடா, எவண்டா அது அடிக்கிறது வாங்கடா!"

ஊரார் சிலர் எல்லாரையும் அடக்கினார்கள். சத்தம் அடங்கியதும் மீண்டும் கப்பல்துரை உரக்கச் சொன்னான்.

"சபையாருங்க, ஊர் பெரிமன்சருங்க எல்லாரும் வாங்க. எவ்ளோ செலவானாலும் நாந்தர்றேன். டேய், இந்த மோளக்காரன், பஜன, பொட்டி செய்றவன், பந்தல் போட்டவன் எல்லாரும் எங்கிட்ட தான் துட்டு வாங்ஞும். அவங் குட்த்தான், இவங் குட்த்தான்னு எத்தையும் வாங்கூடாது. மீறி எதானா நடஞ்சி, வெவகாரமாயிப்புடும். அப்பாறம், எத்தினி நாளானாலுஞ் செரி எம் முனியம்மாவ எடுக்க உடமாட்டேன்"

ஊர்ப் பெரியவர்கள் சிலர் கப்பல்துரையை தனியே அழைத்துக் கொண்டு போய் உட்கார வைத்தார்கள். சிலர் அவனை சமாதானப்படுத்தும் விதத்தில் பேசினார்கள். துக்க வீட்டாருக்கு ஆறுதல் சொல்லி ஜெபம் பண்ண வந்திருந்த ஊர் கிறிஸ்தவ சபை போதகரும் அவனிடத்தில் வந்து பேசினார். அவருடன் சபை மூப்பர்களும் நின்றார்கள். கப்பல்துரையின் பிடிவாதம் தளரவேயில்லை. கடைசியில் சபை போதகர் சரியென்று தலையை ஆட்டிவிட்டுக் கிளம்பினார்.

கப்பல்துரை ஊர்ப் பெரியவர்களிடத்தில் சாவுச் செலவுக்கு பணத்தை எண்ணிக் கொடுத்தான். மிச்சமிருந்த பணத்தில் கொஞ்சத்தை மதுபானங்களை வாங்கி வருவதற்காக தந்தனுப்பினான். எல்லாம் அடங்கிய பிறகு அவனும் நண்பர்களும் நன்றாகக் குடித்துவிட்டு மேளக்காரர்களிடத்தில் போனார்கள். அவனும் நண்பர்களும் ஆடுவதற்கு ஏற்பவெல்லாம் அடிக்கச் சொல்லி நீண்ட நேரத்துக்கு அவர்களை மிரட்டிக் கொண்டிருந்தான் கப்பல்துரை. யாரும் அவன் பக்கத்தில் போகவில்லை.

போதை அதிகமாகி, ஒரு திண்ணை மேல் அமர்ந்து, மௌனமாக ஆட்களை வெறித்துக் கொண்டிருந்தான் கப்பல்துரை. கிறிஸ்தவ சபையார் பஜனையில் பாடிய 'ஆறுதல் அடை மனமே, கிறிஸ்துவுக்குள் ஆறுதல் அடை மனமே' பாட்டு, டோலக்கின் தாளத்தோடு ஒட்டாமல், சற்றுதள்ளி ஒலித்துக் கொண்டிருந்த

ஊர்மேளத்துடன் இழைந்து கொண்டிருந்தது. மரண வீட்டுக்கு வந்துபோய்க் கொண்டிருந்த ஆட்களின் முகங்கள் கப்பல்துரைக்கு மங்கலாகிக் கொண்டே வந்தன. அவர்களில் சிலருடைய முகங்கள் முனியம்மாளுடன் தொடர்புடையதாகையால் கொஞ்சம் தெளிவாகத் தோன்றின. அவனோடு சீட்டாடி முனியம்மாளிடம் அடிவாங்கிய நாகலிங்கத்தைப் பார்த்ததும் கப்பல்துரை சிரிக்க முயன்றான்.

ஊருக்கு நடுவில் வேம்பும், அரசும் கிளைபரப்பியிருக்கும் மாரியம்மன் கோயில் கிணற்றுக்கு அருகில் ஒருநாள் பகலிலேயே சீட்டாடுவதற்கு உட்கார்ந்திருந்தார்கள். பாட்டி திட்டுவாள் என்று கப்பல்துரை சொல்லியும் கேட்காமல் நாகலிங்கம் தான் அவனை ஆட்டத்தில் உட்காரவைத்திருந்தான். இரண்டு ஆட்டங்கள் முடிந்திருந்தன. மூன்றாவதற்கு சீட்டைப் பிரிக்க கலந்து கொண்டிருக்கையில் நாகலிங்கத்தின் முதுகில் விறகுக் கட்டையாலேயே பளாரென்று ஓர் அடி விழுந்தது. போலீசாயிருக்குமோ என்று அதிர்ந்து திரும்பிப் பார்த்தான் நாகலிங்கம். முனியம்மாள் முறைத்துக் கொண்டு நின்றிருந்தாள்.

"அத்த நீயா...?"

நாகலிங்கம் கேட்பதற்குள் இன்னொரு அடி விழுந்தது. எல்லாரும் எழுந்து ஓடினார்கள். அவர்களுக்கெல்லாம் முன்னால் ஓடிக்கொண்டிருந்தான் கப்பல்துரை.

"அத்தையாங் அத்த! பீத்தின்ன நாயி! தாங்கெட்றதுமில்லாம, சின்னப் பசங்களையும் கூட்டிவெச்சிக் கெடுக்குது"

முனியம்மாள் எச்சிலைக் கூட்டித் துப்பிவிட்டு பார்ப்பதற்குள் நாகலிங்கமும் ஓடிக்கொண்டிருந்தான். முன்னால் ஓடிக்கொண்டிருக்கும் கப்பல்துரையைப் பார்த்துக் கத்தினாள் முனியம்மாள்.

"வகுறு காஞ்சதும் வருவல்ல. வா, வெச்சிக்கிறேன்"

நாகலிங்கம் அடிவாங்கியதை கப்பல்துரையும் நண்பர்களும் நீண்ட நாட்களுக்கு சொல்லிச் சொல்லி சிரித்துக் கொண்டிருந்தார்கள். போதை மயக்கத்திலே கப்பல்துரை திண்ணையில் சாய்வதற்கு முன்னால் டில்லியைப் பார்த்தான். அவள் முனியம்மாளின்

பெட்டிக்கு அருகில் உட்கார்ந்து அடித்தொண்டையில் "ஓ அம்மோவ்" என்று அழுது கொண்டிருந்தாள். அழுதபடியே அவள் அவனைப் பார்ப்பது போலவும் தெரிந்தது.

டில்லிக்கு நல்ல பெரிய கண்கள். சற்றே நீண்டு சிவந்திருக்கும் அவளின் முகத்துக்கு அந்தக் கண்கள் பெரும் வசீகரத்தைக் கொடுத்தன. இரண்டு வாரங்களுக்கு ஒரு முறையோ, மாதத்துக்கு ஒரு முறையோ அவள் ஊசிமணிகளை விற்றுக்கொண்டு ஊருக்கு வந்துபோவாள். ஊரெல்லாம் சுற்றி வியாபாரத்தைப் பார்த்துக்கொண்டு முனியம்மாளிடம் வந்தாளென்றால், பொழுது தாழும் வரைக்கும் போகமாட்டாள். சில நாட்களில் அங்கேயே குளிப்பாள். கூந்தலை உலர்த்தியபின் முனியம்மாள் அவளுக்கு பேன் பார்த்து, தலைவாரி அனுப்பி வைப்பாள்.

கப்பல்துரை முதல்முறையாக டில்லியைப் பார்த்தது முனியம்மாள் அவளுக்கு பேன் பார்த்துக் கொண்டிருக்கையில் தான். புரண்டு தவழும் கூந்தல் இழைகளுக்கு நடுவே கரிய விழிகளால் கப்பல்துரையை டில்லி பார்த்த கணத்தில் முனியம்மாள் அவளுக்காக பரிந்து பேசிக்கொண்டிருந்தாள்.

"பாவன்டா டில்லி! நல்ல பொண்ணுடா"

அதற்குப் பிறகு டில்லியின் கண்கள் அவனிடம் தயக்கத்தோடு பேசத் தொடங்கின. அவளின் நான்கைந்து வருகைக்குப் பிறகு இருவரும் பேசிக்கொண்டார்கள். முனியம்மாள் இல்லாத சமயத்தில் ஒருநாள் டில்லி வந்திருந்தபோது கப்பல்துரை அவளைக் கூடினான்.

கப்பல்துரை போதை தெளிந்து எழுந்தபோது முனியம்மாளை எடுப்பதற்குரிய வேலைகள் நடந்து கொண்டிருந்தன. நண்பர்கள் சிலர் அவனை எழுப்பி முனியம்மாளின் குடிசைக்கு அழைத்துக்கொண்டு போனார்கள். அவன் அவர்களோடு சேர்ந்து மறுபடியும் குடித்துவிட்டு வெளியில் வந்து நின்றான். கலைந்திருந்த தலையை கையால் கோதிவிட்டுக் கொண்டு, தாடியை நீவியபடி எல்லாவற்றையும் கூர்ந்து பார்த்தான்.

மரண வீட்டின் அருகில் ஊராரும் உறவினரும் இன்னும் அதிகமாகத் தெரிந்தார்கள். கிறிஸ்தவ சபை போதகர்

வெண்ணங்கியை அணிந்து நின்றிருந்தார். குளிர்பதனப் பெட்டிக்குள்ளிருந்த முனியம்மாளின் உடலை வெளியே எடுத்து, பெண்கள் சூழ்ந்து நிற்கக் கழுவி, வெள்ளைக் கோடித்துணியால் சுருட்டி சவப்பெட்டியில் வைத்தார்கள்.

“ஏய்... ... பாத்து பாத்து”

அவள் உடலை வாங்கி சவப்பெட்டிக்குள் வைப்பதற்கு முந்திக்கொண்டு ஓடினான் கப்பல்துரை. அருகிலிருந்த நண்பனிடம் வாசனை திரவியத்தை வாங்கி அவள் உடலின் மீது தெளித்தான். போதகர் ஜெபம் செய்யத் தொடங்கியதும் அங்கு ஆழ்ந்த அமைதி உருவாகியது. ஆனால் கப்பல்துரை மட்டும் பேசிக்கொண்டே இருந்தான். நண்பனொருவன் கமுக்கமாகப் பேசி அவன் வாயை மூடினான்.

“நல்லா சொல்லு ஐய்யிரே. சீக்கிரம் முடி ஐய்யிரே”

“டேய் மச்சான். சும்மார்றா”

போதகர் ஜெபத்தை முடித்ததும், ‘உச்சித மோட்ச பட்டணம் போக ஓடி நடப்போமே’ என்று சபை பஜனையின் பாட்டு எழுந்தது. அதை முந்திக்கொண்டு சற்று தொலைவில் ஊர்மேளம் ஒலித்தது. ஊர்வலம் நகரத் தொடங்கியதும் கப்பல்துரையும் நண்பர்களும் முன்னால் ஓடினார்கள்

சிறிது நேரத்துக்கெல்லாம் ஆட்கள் நகரமுடியாத படிக்கு பட்டாசுச் சரங்கள் வெடித்து புகைமூட்டம் கிளம்பியது. ஊரின் பிரதானத் தெருவைக் கடந்து நெடுஞ்சாலையில் ஊர்வலம் கலக்கும்வரை கப்பல்துரையும், நண்பர்களும் பட்டாசுகளை வெடித்தார்கள். கையெறிகுண்டுகளைப் போன்றிருந்த உருண்டை வெடிகளை கொளுத்தியபோது ஊரே நடுங்கியது. இடைவிடாமல் வானங்களை விட்டுக் கொண்டுசென்ற ஒருவனைப் பார்த்து ஆட்கள் சிலர் சொன்னார்கள்.

“பாத்துடா, ஊட்டுங்கமேல உளப்போது”

ஊர்வலம் நெடுஞ்சாலையில் கலந்ததும் போக்குவரத்துக்கு தடை ஏற்படாதபடி சிலர் வாகனங்களையும் ஆட்களையும் ஒதுங்கிப்போகச் சொல்லி சத்தம் போட்டனர். இரண்டு

மிதிவண்டிகளில் மாலைகளை வைத்துத் தள்ளிக்கொண்டு நடந்த நண்பர்களுக்கருகில் போய், மாலைகளை நன்றாகப் பிய்த்துப் போடச் சொல்லி திட்டினான் கப்பல்துரை.

அவனே சில மாலைகளை எடுத்து வானத்தை நோக்கி வீசியெறிந்தான். அவற்றில் சில மின்சாரக் கம்பிகளில் மாட்டிக் கொண்டு தொங்கின. சில மெல்ல ஊர்ந்துகொண்டிருந்த பேருந்துகளுக்குள் போய் விழுந்தன. சில ஆட்களின் கழுத்தில் விழுந்தன. அதிர்ச்சியில் கத்திக் கொண்டும், திட்டிக் கொண்டும் அந்த மாலைகளை திருப்பி வீசுவோரின் சத்தம் எதுவும் அவனுக்குக் கேட்கவில்லை. மாலைகளை வீசுவதோடு நிற்காமல் பட்டாசுச் சரங்களையும் பற்றவைத்து வான்நோக்கி எறியத் தொடங்கியிருந்தான் கப்பல்துரை.

ஊர்வலத்திலிருப்போர் அவனை தங்களுக்குள் திட்டிக் கொண்டும், அதட்டிக் கொண்டும் நடந்தார்கள். கிறிஸ்தவ சபை போதகரோ எதுவும் பேசவில்லை. அவனிடமிருந்து ஏதாவதொரு கண்ணியக் குறைவான சொல் வருமெனில் அது நன்றாயிருக்காது என்று வாய்மூடி மௌனியாயிருந்தார். ஊர்வலம் கூச்சலும், குழப்பமும், ஆட்டமும், பட்டாசு சத்தமும், புகையுமாக நெடுஞ்சாலையில் சென்றது.

நெடுஞ்சாலையிலிருந்து வடக்கே திரும்பி பிலால்பேட்டை சுடுகாட்டுக்குப் போகின்ற வழியில் சிறுதொழில் நிறுவனங்கள் சில இயங்கி வந்தன. சவ ஊர்வலம் ஒரு பர்லாங் தொலைவுக்குச் சென்று, அந்த வழியில் திரும்பியதும் கப்பல்துரையும் அவனுடைய நண்பர்கள் சிலரும் தொழில் நிறுவனங்களின் வெளிப்புறக் கதவுகளை தட்டியும் காலால் உதைத்தும் வெறிக்கூச்சல் எழுப்பினார்கள். ஒரு காலணித் தொழிற்சாலையில் வேலை செய்து கொண்டிருந்த பெண்கள் தோல் தைப்பதை விட்டுவிட்டு ஊர்வலத்தை வேடிக்கைப் பார்த்தார்கள்.

சுடுகாடு வந்ததும் சபை பஜனைக் காரர்களும், ஊர் மேளக் காரர்களும் சாலையிலேயே தங்கிவிட்டனர். ஊர்வலம் உள்ளே நுழைந்து வடக்கும் தெற்குமாக வெட்டப்பட்டிருந்த குழியினருகே சவப்பெட்டியை வைத்தவுடன் போதகர் அதன் தலைமாட்டில் வந்து நின்றார். அந்தக் குழியைச் சுற்றி ஆண்களும் பெண்களுமாக நின்றனர். கப்பல்துரை நண்பர்களுடன் போதகருக்கு

அருகிலேயே நின்று கொண்டான். மீண்டும் பாடலும் வேத வாசிப்பும் ஜெபமுமாகத் தொடர்ந்தது. கப்பல்துரை பொறுமை இழந்தவனாக நடுநடுவே பேசினான்.

“எவ்ளோ நேரம் எம் முனியம்மாவ இப்பிடியே வெச்சிருப்பிங்க ஐய்யிரே? சீக்கிரம் முடிங்க”

ஜெபம் முடிந்தபின் போதகர் அங்கிருப்பவர்களைப் பார்த்து சற்று உரக்கச் சொன்னார்.

“முகத்த மூடப் போறோம். கடைசியா பாக்க விரும்பறவங்க பாத்துக்கங்க”

முனியம்மாளின் பிள்ளைகளும், வேறு சிலரும் சம்பிரதாயத்துக்காக முனியம்மாவின் முகத்தை ஒருமுறை பார்த்துக் கொண்டனர். அவர்களைத் தள்ளிக்கொண்டு முன்னால் சென்ற கப்பல்துரை குனிந்து முனியம்மாளின் முகத்தை கையால் வருடியபடியே சொன்னான்.

“என்ன நீ நெனச்சிப் பாக்கலல்ல? ஏய் முனியம்மா, போறியா? செரி உடு. உன்னும் என்னா பண்றது?”

சவப்பெட்டியை மூடி ஆணியடித்த பின்னர், கயிறு கட்டி குழியில் இறக்கி வைத்தார்கள். சபையார் ஒருவர் மண்வெட்டியில் சிறிது மண்ணை அள்ளிக்கொண்டு போதகருக்கு அருகில் நின்றார். போதகர் மண்ணை பிடிப்பிடியாய் அள்ளி சவப்பெட்டியின் மீது போட்டுக் கொண்டே சொன்னார்.

“இந்த உடலை நான் பிதா, குமாரன், பரிசுத்த ஆவியின் நாமத்தினாலே மண்ணோடு மண்ணும் சாம்பலோடு சாம்பலும் தூளோடு தூளுமாக ஒப்படைக்கிறேன்”

மூன்று கையளவு மண்ணையள்ளி குழியில் போட்டுவிட்டு வந்தவரெல்லாம் போய்க் கொண்டிருக்க, சபை மூப்பர்களில் ஒருவர் எல்லாருக்கும் கேட்கும்படிக்கு சொல்லிக் கொண்டிருந்தார்.

“இன்னிலிருந்து வர்ற ஒம்பதாம் நாளு காரியமும், ஆறுதல் ஜெபக் கூட்டமும்பா”

சுடுகாட்டிலேயே ஊராருடன் அமர்ந்து சாவுச் செலவுகளுக்குக் கொடுத்த பணத்தை கணக்குப் பார்த்த கப்பல்துரை, போதாததற்கு கையில் இருந்த பணத்தையும் என்ணிக் கொடுத்தான். கடைசியாக கால்சட்டைப் பையில் கைவிட்டபோது முனியம்மாவின் கம்மல்களும் மூக்குத்தியும் உறுத்தின.

எல்லாம் முடிந்து ஆட்கள் போய்விட்ட பிறகும் முனியம்மாவின் சவக்குழியைப் பார்த்தவாறு சுடுகாட்டிலேயே ஒரு கல்லறையின் மேல் உட்கார்ந்திருந்தான் கப்பல்துரை. அவன் முகம் தெளிந்திருந்தது. மாலை மெல்ல மங்கிக்கொண்டு வந்தது. அவனை வீட்டுக்குப் போகலாமென நண்பர்கள் அழைத்தார்கள்.

“எங்கடா போறது? ஊட்டுக்குப் போனா சோறுகூட போடமாட்டாங்க. கௌவி என்னா கெத்தா இருந்துட்டு போய்டா பார்றா. நாம இப்பிடிக் கீறது தப்புடா”

நண்பர்களை அசட்டைச் சிரிப்புடன் பார்த்த கப்பல்துரை அவர்களின் பதிலுக்கு காத்திருக்காமல் தன் பாட்டுக்கு எழுந்து நடந்தான்.

⊙

வரைகின்றவன் கை

விளம்பரத்தை எழுதவேண்டிய இடம் வந்ததும் வாகனத்தை நிறுத்தச் சொல்லி இறங்கிய பல்லவன், வண்டியை சாலையை ஒட்டி இருந்த பூந்திக் கொட்டை மரத்தடி நிழலில் நிறுத்தும்படி ஓட்டுநரிடம் சொன்னான். அங்கு ஊர்மாடுகள் இரண்டு அசை போட்டபடி படுத்திருந்தன. பல்லவன் அந்த இடத்தை நாலா திசையிலும் பார்த்தான்.

நெடுஞ்சாலையிலிருந்து கிளை பிரிந்துச் செல்லும் கிராமத்துச் சாலை அது. சாலையின் இரு புறமும் புளிய மரங்களும், உண்ணிப் புதர்களும், ஓணான் கொடிகளுமாக பார்ப்பதற்கே அழகாக இருந்தது. அங்கொன்றும் இங்கொன்றுமாக வீடுகளும் நெல் வயல்களும் தெரிந்தன. தொலைவில் ஒரு மலை, இரண்டு பெரும்பாறைகளுடன் நீலவானப் பின்னணியில் எழுந்து நின்றது. பல்லவன் அந்த நிலத்தோற்றத்தையே சிறிது நேரம் மெய்மறந்து பார்த்துக் கொண்டிருந்தான்.

அந்த வழியாகச் சென்ற ஆட்கள் சிலர் அவர்களை ஒருமுறை நன்றாகக் கவனித்துப் பார்த்துவிட்டு கடந்து சென்றனர். சில நிமிடங்களுக்குப் பிறகு, தன்னுடன் இருக்கும் ஆட்களை அழைத்து, சாலை ஓரத்திலிருக்கின்ற ஒரு பழைய கட்டடத்தின் சுவரைக் காட்டி, வேலைக்கு ஏவினான் பல்லவன்.

"காலையிலிருந்து நாலு சுவரு கூட முடிக்கல. பொழுது ஏறிட்டே போவுது. சீக்கிரம் ஆகட்டும். சாரம் போடுங்க. எழுதிட்டு வேற எடத்துக்குப் போகணும்"

வாகனத்தை ஓட்டிக்கொண்டு வந்தவன் சரியென்று தலையை ஆட்டினான். அவனும், உடனிருந்தவர்களும் துரிதகதியில் வேலையில் இறங்கினார்கள். ஒருவன் அவர்கள் வந்த வாகனத்தின் மேலே ஏறி ஏணியையும், மூங்கில் கழிகளையும் கீழே இருக்கிறவர்களிடம் எடுத்துக் கொடுத்தான். அவையெல்லாமே வண்ணங்கள் பட்டு வேறு வேறு பொருட்களைப் போலத் தோற்றமளித்தன. கயிறுகளையும், நெய்வண்ணக் கலன்களையும் கொடுத்த பிறகு அவன் கீழே இறங்கிக்கொண்டான்.

விளம்பரம் எழுத வேண்டிய சுவருக்குக் கீழே நின்று, எழுதுவதற்கு தோது செய்துகொள்ளும் வகையில் இரண்டு பேர் அங்கு வளர்ந்திருக்கும் எருக்கஞ் செடிகளையும் ஆனைப் புற்களையும் வெட்டியும் செதுக்கியும் நீக்கினர். மேற்பார்வை பார்த்துக் கொண்டிருந்த பல்லவன், அந்த வேலை முடிந்ததும் சுவரில் அளவு பிடித்து எழுதுகின்ற பகுதியைக் குறியிட்டான். உடனே மற்றவர்கள் சித்திரம் வரையும் இடத்தை மட்டும் ஒதுக்கிவிட்டு, நீலவண்ணத் தூளில் தோய்த்த நூலைப் பயன்படுத்தி தரையிலிருந்து எட்டும் உயரம் வரைக்கும் எழுத்துகளின் அளவுக்கேற்ப கோடுபோட்டார்கள்.

அளவுகள் எல்லாவற்றையும் போட்டு முடித்ததும் மூங்கில் கழிகளை சுவரில் சாய்த்து சாரம் கட்டினார்கள். பல்லவன் சாரத்தின் மீது ஏறி சரசரவென விளம்பரத்துக்குரிய சித்திரத்தை வரையத் தொடங்கினான். அவன் அருகில் நின்ற மற்றவர்கள் விளம்பர வாசகங்களை எழுதத் தொடங்கினர். அது ஒரு சிமெண்ட் விளம்பரம்.

தமிழ்நாடு முழுவதும் சாலையோரச் சுவர்களில் அந்த விளம்பரத்தை எழுதுகின்ற வேலை ஒப்பந்தத்தை பல்லவன் பெற்றிருந்தான். தன்னுடைய சொந்த ஊரான திருச்சியிலேயே சின்னச் சின்ன ஓவிய வேலைகளைச் செய்துவந்த பல்லவனின் மனதுக்குள், பெரிய விளம்பர நிறுவனம் ஒன்றை உருவாக்க வேண்டும் என்கிற கனவு கனன்று கொண்டிருந்தது. அதை அவன் வெளிப்படுத்தும் போது, ‘பல்லவன் சிற்பக்கூடம் போல, பல்லவன் ஓவியக்கூடமா?’ என்று சிலர் நகைத்துக் கொண்டார்கள்.

தான் விரும்பிய நிறுவனத்தை அமைப்பதற்கு ஓரளவு பணத்தை ஈட்டிக்கொள்ள இந்தச் சுவர் விளம்பர வேலை கைகொடுக்கும் என்று பல்லவன் நம்பினான். எழுதுவேலை ஒப்பந்தத்தை சிமெண்ட் நிறுவனத்திடமிருந்து பெற்ற உடனே, நான்கு பேரை வேலைக்கு அமர்த்திக் கொண்டு, மலிவு விலையில் வாங்கிய ஒரு வாகனத்தில், வீட்டையும், மனைவி பிள்ளைகளையும் மறந்து ஊர் ஊராகக் கிளம்பிவிட்டான்.

அந்தச் சுவரில் விளம்பரத்தை எழுதி முடித்த பின்னர் கீழே இறங்கிவந்த பல்லவன், சாலையில் சிறிது தூரம் தள்ளி நின்று விளம்பரத்தைக் கூர்ந்து பார்த்தான். எழுத்தமைவில் கோணல்களோ, வாசகங்களில் பிழைகளோ இருக்கிறதா என ஆராய்ந்தான். அப்போது அவனுக்கு அருகில் நின்றிருந்த ஒருவர் சொன்னார்.

“எல்லாம் சரியா இருக்கு தம்பி!”

அந்த மனிதர் அங்கு நின்று அவர்களின் வேலையை கவனித்திருப்பார் போலிருந்தது. பல்லவன் அவரைத் திரும்பிப் பார்த்தான். அந்த மனிதர் நடுவயதைக் கடந்தவராக நரைமுடியுடன் தெரிந்தார். கண்ணியமாக உடுத்தியிருந்தார். அவரைப் பார்த்தவுடனேயே தன்னையும் அறியாமல் பல்லவனுக்கு மரியாதை உருவானது. அவர் புன்னகை செய்தார்.

“நான் இங்கதான் பக்கத்து ஊருல, பள்ளிக்கூட தலைமையாசிரியரா இருக்கிறேன். எங்க பள்ளிக்கூட சுவத்துல தேசத் தலைவர்களோட படங்களை வரையணும். உங்களப் பாத்ததும் கேக்கணும்னு தோணுச்சி. உங்களால முடியுமா? நீங்க கேக்குற தொகையக் கொடுத்திட்றேன்!”

ஒரே ஒரு நொடியை மட்டும் சிந்திக்க எடுத்துக் கொண்ட பல்லவன் உடனே சரியென்று தலையாட்டினான்.

“கட்டாயம் வரைஞ்சி கொடுக்குறோம். ஆனா, பணம் எதுவும் வேணாம்!”

அந்த மனிதரிடத்தில் இல்லையென்று சொல்வதற்கு அவனால் முடியவில்லை. வீட்டுக்குச் சென்று ஒரு மாதத்துக்கு மேலாகியிருந்தது. ஊரிலிருந்து வெகு தொலைவுக்கு

வந்துவிட்டிருந்தனர். மன அழுத்தம் கூடிய அவர்களின் நிலையை பள்ளி மாணவர்கள் நிச்சயம் போக்கிவிடுவார்கள் என்று எண்ணிக்கொண்டான் பல்லவன்.

தன்னுடன் இருக்கின்றவர்களிடத்தில் விவரத்தைச் சொன்னபோது, அவர்கள் எதற்கு இது என்பதைப் போல அவனைப் பார்த்தனர். அவன் பொருட்களையெல்லாம் வாகனத்தில் ஏற்றிக் கொண்டு, முன்னால் சாலையில், டி.வி.எஸ் 50-ல் போய்க்கொண்டிருக்கும் தலைமையாசிரியரைப் பின்தொடரும்படி ஓட்டுநரிடத்தில் உறுதியாகச் சொன்னான்.

அழகும் பசுமையும் நிறைந்த அந்தக் கிராமச் சாலையில் சென்று கொண்டிருக்கும் போது, பல்லவனுக்கு தன்னுடைய பள்ளிக்கூட நாட்களெல்லாம் நினைவுக்குவரத் தொடங்கின. செழித்த வயல்பாங்கான கிராமம்தான் அவனுடையதும். வெய்யிலும் மழையும் விழும்படிக்கு அகன்ற தாழ்வாரத்துடன் கூடிய, எதிரும் புதிருமாக இரண்டு அறைகளைக் கொண்ட பள்ளி அவன் படித்தது. பள்ளியின் வாசலிலும், தோட்டத்திலும் நிறைய மரங்களும் பூச்செடிகளும் இருந்தன.

ஒருநாள் பள்ளிக்கு வந்திருந்த சித்திரக்காரர் ஒருவர் நீளமான ஏணியைப் போட்டு, வகுப்பறைகளின் உயரமான சுவர்களில் ஓவியங்களைத் தீட்டிச்சென்றார். அந்தப் பள்ளியில் தலைவர்களும், புலவர்களும், அரசர்களுமாக நிறைந்துவிட்டனர். அங்கு அவர்களும் தன்னுடன் சேர்ந்து படிப்பதாக நினைத்துக் கொண்டான் பல்லவன்.

அந்தச் சித்திரக்காரர் கரித்துண்டுகளையும், இலைத்தழைகளின் சாற்றையும், பூக்களின் வண்ணங்களையும் கொண்டு அற்புதத்தை நிகழ்த்தினார். அவர் விரல் நீட்டும் இடத்தில் சித்திரங்கள் உருவாயின. தானும் ஒரு சித்திரக்காரனாக ஆகவேண்டும் என்று பல்லவன் முடிவு செய்து கொண்டது அப்போதுதான்.

மேல்நிலைப் பள்ளி வகுப்புகளில் படித்துக் கொண்டிருக்கையில் பல்லவன் கனவுகளில் வண்ணங்களே குழைந்தன. வெவ்வேறு வண்ணங்கள், வெவ்வேறு வண்ணங்களின் மீது படிந்து புதிய வண்ணங்கள் உருவாகின. பள்ளிக்குச் செல்வதை மறந்து, பக்கத்து ஊர்களில் எங்கெல்லாம் ஓவியர்கள் எழுதுகிறார்களோ

அவற்றையெல்லாம் பார்ப்பதற்கு மிதிவண்டியில் அலைந்தான். பேருந்திலேறி திருச்சிக்கும், வேறு நகரங்களுக்கும் சென்று ஓவியர்கள் வரைவதை நாட்கணக்கில் நின்று பார்த்து வந்தான்.

நீர்வண்ண ஓவியம் போலத் தோற்றமளித்த ஒரு பள்ளியின் முன்னால் நின்றார் தலைமையாசிரியர். அவரையும், வண்ணச் சாக்கைகள் படிந்த சித்திர வாகனத்தையும் பார்த்த குழந்தைகள் ஆரவாரக் கூச்சலுடன் ஓடிவந்து சூழ்ந்துக் கொண்டனர்.

"நம்ம பள்ளிச் சுவத்துல தலைவர்களோட படங்களை வரயப் போறாங்க"

தலைமை ஆசிரியர் சொன்னதும் மாணவர்களின் உற்சாகக் கூச்சல் மேலும் அதிகமானது. குழந்தைகள் அவர்களை வியப்புடன் பார்த்தார்கள். சிலர் அருகில் வந்து பல்லவனையும் மற்றவர்களையும் தொட்டுப் பார்த்துச் சிரித்தார்கள். சிலர் கேள்விகளைக் கேட்டார்கள்.

அந்தப் பள்ளியின் சுற்றுச்சுவரை ஒட்டி நிறைய மரங்கள் இருந்தன. அவற்றில் நிறைய பறவைகளும் இருந்தன. உள்ளே தெரிந்த சிறு மைதானத்தின் ஓரங்களில் பூச்செடிகள் பூத்திருந்தன. பல்லவனுக்கு சிறு வயதில் தான் படித்த பள்ளி நினைவுக்கு வந்தது. மனமெல்லாம் மகிழ்ச்சியால் நிரம்பி, இலேசாகிப் பறந்து, அடிநாள் நினைவுகளில் உறைந்தான். அவனுடைய இலயிப்பைக் கலைக்கும் விதமாக அருகில் வந்த தலைமை ஆசிரியர், பல்லவனை அழைத்தார்.

"இந்த வெளிப்புறச் சுவர்ல எத்தனை முடியுமோ அத்தனையும் வரையுங்க தம்பி"

இயல்பு நினைவுக்குத் திரும்பிய பல்லவன் சரியென்று தலையாட்டிவிட்டு அந்தச் சுற்றுச் சுவரைப் பார்த்தான். அங்கு எப்படியும் ஆறு படங்களுக்கு மேல் வரையலாம் என்று தோன்றியது. தலைமை ஆசிரியருடைய ஆலோசனையைக் கேட்டு எந்தெந்தத் தலைவர்களை வரையலாம் என்று முடிவெடுத்த பிறகு உடனிருப்போர்க்கு உத்தரவுகளைச் சொன்னான். வண்ணச் சித்திரம் வரைவதென்றால் வண்ணங்கள் உலர வேண்டும். அதற்கு பல மணி நேரங்கள் பிடிக்கும்.

அதனால் கோட்டுச் சித்திரங்களாக வரைந்துவிடலாம் என்று அவர்கள் முடிவெடுத்தார்கள்.

திருவள்ளுவரை வரையும் பொருட்டு பள்ளி வாயிலுக்கு அருகில் இருக்கும் இடத்தை தனக்காகத் தேர்ந்தெடுத்துக் கொண்டான் பல்லவன். மற்றவர்கள் அவரவர் விரும்பிய இடங்களைத் தேர்ந்தெடுத்து வெள்ளைபூசத் தொடங்கியிருந்தனர். அப்போது, ஓவியங்கள் வரையப்படுவதை கவனிப்பதற்கு ஆர்வமுடன் வெளியே வந்த ஒரு சிறுவன் பல்லவனின் அருகில் நின்றான்.

“வகுப்புக்கு போகலையாடா தம்பி?”

“நீ வரையறத கொஞ்சநேரம் பாத்துட்டுப் போறேண்ணா. சார் ஒன்னும் திட்ட மாட்டாரு!”

சிறுவனின் பதிலைக் கேட்டுச் சிரித்த பல்லவன் சுவரைத் துடைத்து, வெள்ளைப்பூசி, சிறிது நேரம் காயவிட்டு, திருவள்ளுவரை வரையத் தொடங்கினான்.

“நீ கோடு போட்டதும் படத்துக்கு உயிர் வந்துடுச்சிணா!”

சிறுவன்தான் பேசுகிறானா என்று வியந்து பார்த்த பல்லவன் மேலும் வரைவதில் ஆழ்ந்தான். அந்த நேரத்தில் அவனுடைய கைபேசி ஒலித்தது. வரைவதை நிறுத்திய பல்லவன் சற்று தொலைவாகச் சென்று பேசினான். ஊரிலிருக்கும் அவனுடைய மனைவியின் குரல் கவலையுடன் ஒலித்தது.

“ரெண்டு மூனு நாளா பெரியவளுக்கு ஒடம்பு சரியில்ல. நானும் நல்லாயிரும்னுதான் உங்கக்கிட்ட சொல்லாம இருந்தேன். காய்ச்சல் இப்பவும் கொறையில. எனக்கு என்னா பண்றதுன்னே தெரியில. ஒடனே கெளம்பி வாங்க”

பல்லவனின் மனம் சடாரென்று கனத்துவிட்டது. அவன் தன் மனைவியிடம் பதற்றத்துடன் பேசினான். உடனே வருவதாகச் சொன்னான். கைபேசியை அணைத்துவிட்டு சித்திரத்தின் முன்னால் வந்து நின்றான். அவன் உடல் இலேசாய் நடுங்கியது. வேடிக்கைப் பார்ப்பதற்காக அங்கு நின்றிருந்த சிறுவனையும், பாதி முகத்துடன் இருந்தத் திருவள்ளுவரையும் மாறிமாறி பார்த்துக் கொண்டான். தன்னை ஒருவாறு திரட்டி தூரிகையை

படிகப் பாடல் | 107

எடுத்து மீண்டும் வரையத் தலைபட்டான். ஆனால் பல்லவனின் விரல்களில் பழைய உறுதியில்லை. கோடுகள் பிசகி வள்ளுவரின் முகம் கோணியது.

“போங்கண்ணா! திருவள்ளுவர் முகமே மாறிடுச்சி. வரையறவங்க கை நடுங்கலாமாண்ணா? இனி எப்பத்துக்குமே இது இப்பிடியேதான் இருக்கப் போகுது”

வேடிக்கைப் பார்க்க நின்றிருந்த சிறுவன் வள்ளுவரைப் பார்த்துச் சொன்னதும் பல்லவனின் மனம் அதிர்ந்தது. முகத்தில் எதுவோ அறைந்ததைப் போல உணர்ந்தான். சிறுவன் சொல்வது எவ்வளவு உண்மை? சித்திரங்களை உயிர்ப்பிப்பவனுடைய கைகள் நடுங்கினால் அவன் உயிர்ப்பிக்கும் சித்திரங்கள் என்னவாகும்?

“வரையறவங்க கை நடுங்கலாமாண்ணா?”

பல்லவன் அந்தச் சிறுவனை பார்ப்பதற்காகத் திரும்பினான். சிறுவனோ பள்ளிக்குள் சென்று கொண்டிருந்தான். போகின்ற சிறுவனையே பார்த்தபடியிருந்த பல்லவனின் கனத்த மனம் மெல்ல இலகுவாகத் தொடங்கியது. தெளிவு பிறந்தார் போலிருந்தது. எத்தனைத் தடுமாற்றங்கள் வந்தாலும் சிலர் நடுங்கிடவே கூடாது. பிழைகள் நிரந்தரமானால் ஒழுங்கமைவு சிதைந்துவிடும் தானே?

பல்லவனின் விரல்கள் இப்போது தூரிகையை உறுதியாகப் பிடித்திருந்தன.

⊙

எட்டாம் வகுப்பு 'அ' பிரிவில் ஓர் தமிழாசிரியர்

அதிரும் புதிருமாக மும்மூன்று வகுப்பறைகளோடும், நடுவில் சிறிய விளையாட்டு மைதானத்துடனும் இருந்த அந்தப் பள்ளிக்கூடத்தின் தென்கோடி மூலையில் இருந்தது எட்டாம் வகுப்பு அறை. மைதானத்தின் விளிம்புகளில் நன்கு வளர்ந்திருந்த புன்னை மரங்களில் வசிக்கும் காகங்கள் மாணவர்களுக்குப் போட்டியாய் கரைந்து கொண்டிருந்தன. நடுப்பகலில் வழங்கப்படும் சத்துணவில் தங்களுக்கும் சிறிது கிடைத்துவிடும் உறுதியில் நாய்கள் சில, அந்த மரங்களினடியில் படுத்து உறக்கத்தில் ஆழ்ந்திருந்தன. பள்ளிக்குச் சற்று தொலைவில், மலையடிவாரத்தில் தெரிந்த ஊர் நிசப்தத்தில் அமிழ்ந்திருந்தது. காலத்தை உயிர்ப்பிக்கும் பாடசாலையின் சப்தத்தைத் தவிர்த்து அங்கு பிறிதொன்றும் இல்லை.

பள்ளியின் முற்பகல் முதல் பாடவேளை முடிந்து மணியடித்ததும் சம்பங்கியும், கதிரேசனும் தமிழாசிரியர் கணேஷ் தண்டபாணியைக் கூப்பிடுவதற்காக தலைமையாசிரியர் அறையை நோக்கி ஓடினார்கள். அவரை யார் முதலில் கூப்பிடுவது என்ற போட்டியும் வேகமும் அவர்களுக்குள் நிலவியது.

கௌசல்யாவும் பொன்னம்மாவும், தாங்கள்தான் தமிழாசிரியரைப் போய்க் கூப்பிடுவோம் என்று சண்டையிட்டு, அவர்களிடத்தில் திட்டு வாங்கி, வகுப்பிலேயே சுணங்கினார்கள். அப்போது வகுப்பில் இருந்த கணக்கு ஆசிரியர் சொன்னதை ஒருவரும் காது கொடுத்து கேட்கவில்லை.

‘ஊங் கிளாஸ் முடிஞ்சிட்சா? போ சார் வெளியே!’ என்பதைப் போலிருந்தது மாணவர்களின் மனோநிலை.

“கதிரு, இன்னிக்கி என்னா பாடம் தெரிமா?”

“எல்லாந் தெரியுன்டி! சட்டமேதை அம்பேத்கர். சரி, நீ போன பாடத்துது கேள்வி பதில எளுதிட்டியா? நா எளுதிட்டண்டா எப்பா. இல்லனா சாருக்கிட்ட யாரு அடி வாங்கறது?”

“அதெல்லாம் ஒன்னுங் கேக்கமாட்டாரு சாரு, போடி டியேய்!”

உரக்கப் பேசிக்கொண்டு, நடையில் சப்தமெழுப்பியபடி வகுப்பறைகளைத் தாண்டி இருவரும் ஓடுவதை மற்ற வகுப்புப் பிள்ளைகள் என்னவோ ஏதோவென்று பார்த்தார்கள். தலைமையாசிரியர் அறை வாசலில் போய் நின்று கதிரேசனும் சம்பங்கியும் ஒருசேரக் கத்தியதும், கைபேசியில் எதையோ துழாவிக் கொண்டிருந்த தமிழாசிரியர் கணேஷ் தண்டபாணி சடாரென அதைக் கவிழ்த்து வைத்துவிட்டு, அதிர்ச்சியுடன் திரும்பிப் பார்த்தார்.

“சார், இப்ப உங்கக் கிளாஸ் சார்”

“டேய் சுபுரு மகனே, யாரானா ஒர்த்தன் வர்றது?”

“தோ, இவந்தான் சார் எங்கூடவே ஓடிவந்துட்டான்”

“டே, நானு எங்க ஓடிவந்தேன்? நீதான் எங்கூட வந்துட்ட”

“சரி, சரி. நீங்க போங்கடா, நான் வர்றேன்”

கண்ணைப் பறிக்கும் வண்ணமடிக்கப்பட்ட சுவரும், விசாலமான பரப்பும், வழுக்கும் டைல்ஸ் தரையும் கொண்ட, புதிதாகக் கட்டப்பட்டிருந்த அந்த அரசு நடுநிலைப் பள்ளியின் தலைமையாசிரியர் அறை, பாடவேளையற்ற வேளைகளை கழிப்பதற்கென்று ஆசிரியர்களுக்காக ஒதுக்கப்பட்டிருந்தது.

மாணவர்கள் இருவரும் சென்ற பின்னர் மெதுவாக எழுந்த தமிழாசிரியர் கணேஷ் தண்டபாணி உடலை இப்படியும் அப்படியுமாக நெளித்து சோம்பல் முறித்துவிட்டு, பையை எடுத்துக் கொண்டு நிதானமாக நடந்தார். எட்டாம் வகுப்பு ‘அ’ பிரிவு வகுப்பறைக்குள் அவர் நுழைந்ததும் மாணவர்கள்

எல்லாரும் விலுக்கென்று எழுந்து நின்று, மொழி வாழ்த்துப் பாடலைப்பாடி வணக்கம் சொன்னார்கள்.

“வாழ்க நிரந்தரம்! வாழ்க தமிழ் மொழி! வாழிய வாழியவே!”

அவர் ஒரு பறவைப் பார்வையை வீசிவிட்டு நாற்காலியில் அமர்ந்த பிறகு மெல்ல கணைத்தார்.

“என்னாடா லெசன் இன்னிக்கி?”

“சட்டமேதை அம்பேத்கர் சார். அலகு ஒன்பது!”

மாணவர்களிடமிருந்து கூட்டுக் குரல்கள் எழும்பின. கணேஷ் தண்டபாணி மேசையிலிருக்கும் தமிழ்ப்பாட நூலை எடுத்து இலேசாகப் புரட்டினார். இன்னதென்று விளங்கிக் கொள்ள முடியாத வகையிலான பல்வேறு முகபாவங்களுடன், சில நொடிகள் அந்தப் பக்கத்தையே பார்த்துக் கொண்டிருந்த அவர், மாணவர்களை நிமிர்ந்துப் பார்த்துவிட்டு சொன்னார்.

“யாராச்சும் ஒருத்தர் வந்து இந்தப் பாடத்தோட தலைப்பை போர்டுல எழுதுங்க!”

அவர் அப்படிச் சொன்னதும் மாணவர்கள் ஒருவரையொருவர் தயக்கத்தோடு பார்த்துக் கொண்டனர். ஒரு மாணவி தடுமாற்றத்தோடு எழுந்து மேசையருகே வந்து சுண்ணக் கட்டியை எடுத்தாள். அவள் கரும்பலகையருகில் போய் நின்ற தருணத்தில் கணேஷ் தண்டபாணியிடத்தில் மாணவன் ஒருவன் கேட்டான்.

“சார், எல்லா பாடத்துக்கும் தலைப்ப போர்டுல ஸ்டைலா எழுதுவீங்கல்ல? அப்பிடி இதுக்கும் நீங்களே எழுதுங்களேன் சார்”

அந்தக் குரலால் மேலும் தயங்கி நின்ற மாணவியிடத்தில் திரும்பி, அவளை எழுதும்படி தலையைத் துலுக்கிய கணேஷ் தண்டபாணி, அப்படிப் பேசிய மாணவனை கூர்ந்து பார்த்தார்.

“யார்றா அது? கந்தன் மகனா? அப்படி வர்றயா நீ? எல்லாத்தையும் நானே எழுதக் கூடாதுடா! உங்களுக்கு எழுத்துங்க தெரியுதா,

எழுதத் தெரியுதான்னு பாக்கணும்! அவ எழுதட்டும் இரு! எப்பிடி எழுதுறான்னு பாப்போம்!"

கரும்பலைகையின் பக்கமாகத் திரும்பிக்கொண்ட கணேஷ் தண்டபாணி, அந்த மாணவி எப்படி எழுதுகிறாள் என்று பார்த்த வண்ணமிருந்தார். அவள் சில இடங்களில் பிழை செய்தபோது அதைத் திருத்தினார். அவள் எழுதி முடித்ததும் போய் உட்காரச் சொல்லிவிட்டு மாணவர்களை பார்த்தபடியே சில நொடிகள் அமைதியாக இருந்தார்.

"சரி, இப்படிச் செய்யலாம்! இந்தப் பாடத்த நீங்களே படிச்சிக்கோங்க"

கணேஷ் தண்டபாணி அவ்வாறு சொன்னதும் உருவான ஏமாற்ற உணர்வில் மாணவரிடையே "சார்" என்று குரல்கள் எழும்பின. அவற்றில் சம்பங்கியினுடையதும், கதிரேசனுடையதும் தனித்து ஒலித்தன. மாணவர்களை இலேசாக முறைத்துப் பார்த்த கணேஷ் தண்டபாணி, சத்தம் போடவேண்டாமென்று கைகளை ஆட்டினார்.

"சொன்னத செய்ங்க! ஒரே சின்ன சத்தங்கூட வரக்கூடாது! நா உங்கக்கிட்ட என்ன சொல்லிட்டு வர்றேன்? நெறைய கேள்விகள கேட்கணும்னு சொல்றேனில்லையா? இந்தப் பாடத்தப் படிச்சிட்டு, உங்களுக்குத் தோன்ற கேள்விகள கேளுங்க! உங்களுக்கு புதுசா தெரியிற வார்த்தைங்கள பென்சில வச்சி அடிக்கோடு போடுங்க! உம்... ஆரம்பிங்க...! டேய், சுபுரு மகனே, கதிரேசா, இங்க வந்து ரெட்டவரி நோட்டுங்கள எடுத்து எம் முன்னாடி வய்யி"

வகுப்பு முழுவதும் படிப்பில் மூழ்குவதற்கு சில நிமிடங்கள் பிடித்தன. பின்னர் வாசிப்பின் கூட்டுக் குரல்கள் வெவ்வேறு தொனிகளில் கேட்கத் தொடங்கின. அட்சரத் துளிகள் வீழ்ந்து, சப்தமழை சிதறி, ஓசை வெள்ளம் பெருகியது. சப்தம் கரைபுரளும் சமயங்களில் மட்டும் மாணவர்களை எச்சரிக்கை செய்த கணேஷ் தண்டபாணி, இரட்டைவரி ஏடுகளைத் திருத்தினார்.

"மெதுவா... மெதுவா... சத்தம் போட வேணா"

சிறிது நேரம் கடந்ததும் கணேஷ் தண்டபாணி எழுந்து நின்றார். மாணவர்கள் அவரைப் பார்த்தனர்.

"ஓக்கே! படிச்சது போதும். அவவுங்க எவ்ளோ படிச்சீங்களோ, அதிலேர்ந்து உங்களுக்குத் தோன்ற கேள்விங்கள கேளுங்க"

கரும்பலகையின் பின்னணியில் எழும்பி நிற்கும் தமிழாசிரியரை ஆர்வமும் பரவசமும் கொண்ட கண்கள் கூர்ந்து நோக்கின. அவற்றில் சில, மெல்லிய அச்சத்தால், இமைகளைப் படபடத்து கொண்டன. கதிரேசன் தயக்கத்தோடு எழுந்து முதல் கேள்வியைக் கேட்டான்.

"சட்ட மேதன்னா என்னா சார்?"

"சட்ட்த்த பத்தி நெறய தெரிஞ்சவர்!"

"எங்கூர்ல ஒரு வக்கீல் கீறார் சார். அவருக்கு நெறையா சட்டம் தெரியும்னு சொல்றாங்க. அவரு கூட சட்ட மேதையா சார்?"

"அது வந்துடா... வக்கீல் வேற, மேதை வேற"

பலவிதமான கேள்விகளை கேட்பதற்கு மாணவர்கள் ஒரே நேரத்தில் முயற்சி செய்தார்கள். கதிரேசன் கேட்ட முதல் கேள்வியின் கொக்கி அவர்களிடமிருந்த தயக்கத்தை கோர்த்துப் பிடித்து விலக்கி வீசியது. அவர்களை ஆர்வம் பற்றிக் கொண்டது.

"சார், அம்பேத்கர் நம்ம நாட்டுக்கு சட்டத்தையே எளுதி தந்தது எவ்ளோ பெரிய வேல? அவரு 1956-லயே செத்துட்டுகீறாரு. ஆனா, 1990-ல தான் பாரத ரத்னா விருத அவருக்கு குடுத்துக்கீறாங்க. ஏன் சார் முப்பத்தி நாலு வருசமா தரல? எதுக்கு சார் அவ்ளோ லேட்டு?"

"ஆனந்தன் மகளுக்கு எவ்ளோ அறிவுடா? ஏம்மா பொன்னம்மா, ஒரு வருசம் லேட்டோ, முப்பது வருசம் லேட்டோ, மொத்தத்துல விருது குடுத்தாங்களா இல்லையா? இதெல்லாம் ஒரு கேள்வியா? ச்சை... ஒக்காரு!"

"அரசியலமைப்பு சட்டம்னா என்னா சார்? அத அம்பேத்கர் தான் எழுதுனாரா?"

“அது நம்ப நாட்டை நிர்வாகம் செய்யிறதுக்கு எழுதினதுடா! அதவிட அப்பனான சட்டமெல்லாம் அப்போதிலிருந்தே நம்மகிட்ட இருக்குது! இவுங்களுக்கு வெள்ளக்காரன் சொல்றது தானே பெருசு! அப்புறம், அம்பேத்கர் மட்டுமே அரசியலமைப்பு சட்டத்தை எழுதலடா. அவரு அந்தக் குழுவுக்கு தலைவரா இருந்தாரு. அவ்வளவுதான்! சட்டத்தை அந்தக் குழுதான் எழுதுச்சி”

“தந்தைன்னா யாரு சார்?”

“தந்தைன்னா, உருவாக்குகிறவர். காரண கர்த்தா!”

“இந்திய அரசியல் சாசனத்தின் தந்தை அம்பேத்கர், அப்பிடின்னு தானே பாடத்துல போட்டுக்குது?”

“அப்படியா சரி, வேற கேள்வி கேளுங்க”

“நம்ப நாட்டு ஜனங்க வேற வேறயாவா சார் பிரிஞ்சிக்கீறாங்க?”

“அதெல்லாம் ஒன்னுமில்ல. இங்க எல்லாரும் ஒன்னாதான் இருக்கிறோம்”

“சாதின்னா என்னா சார்?”

“தீண்டாமைன்னா என்னா சார்?”

“அம்பேத்கர் ஒடுக்கப்பட்ட பிரிவை சேர்ந்தவர். அதனால பள்ளிப் பருவத்திலேயே பலவிதமான அவமதிப்புகளுக்கு ஆளானார்னு பாடத்துல வருதே சார். என்னா மாதிரியான அவமதிப்புங்க சார்?”

“கேள்வி கேட்டது போதும். நிறுத்துங்க”

கணேஷ் தண்டபாணி சடாரென சத்தம் போட்டதும் மாணவர்கள் அமைதியானார்கள். வகுப்பறையில் நிலவிய உற்சாகமும் குதுகலமும் ஒடுங்கிக் கொண்டன. இறக்கை சூம்பிய வண்ணத்துப் பூச்சிகளின் கண்கள் சோர்ந்து கவிழ்ந்தன. தமிழாசிரியர் கணேஷ் தண்டபாணியின் முகம் சிவந்திருப்பதைப் போல அவர்களுக்குத் தோன்றியது. அவர் கண்களை கூர்மையாக்கிக் கொண்டு ஒவ்வொருவரையும் பார்த்தார்.

“கேள்வி கேளுங்கடான்னு உட்டா, இஸ்டத்துக்கும் கேப்பீங்களே! எல்லாத்தையும் மூடி வெச்சிட்டு, போன பாடத்துக்கு எழுதுன

கொஸ்டின் ஆன்சர எடுத்துணு வரிசையா வாங்க! டேய் சுபுரு மகனே, இங்க வா! அந்தப் பிரம்ப எடுத்துக்குடு!"

வகுப்பறை ஒளி மங்கித் தெரிந்தது. கௌசல்யாவும் பொன்னம்மாவும் சன்னல் வழியாக வெளியே நோக்கினார்கள். கதிரேசனும் சம்பங்கியும் பயத்துடன் ஒருவரை ஒருவர் பார்த்துக் கொண்டார்கள். அச்சம் எல்லாரையும் தழுவியது.

ஒன்றிய அளவிலும், மாவட்ட அளவிலும் சிறந்த ஆசிரியர் என்றும், விவரம் மிக்கவர் என்றும் அறியப்பட்டிருந்த தமிழாசிரியர் கணேஷ் தண்டபாணி, இறுக்கமானவர் என்றும் பெயரெடுத்திருந்தார். அவர் பாடங்களை நடத்துவதற்குரிய முன் தயாரிப்புகளுடன் வகுப்பறைக்குள் போவார். சில சமயங்களில் பாடநூலைத் தொடாமலேயே செய்யுட்களைச் சொல்வார். அவற்றை எழுதிப் போட்டு வகுப்புகளை எடுப்பார்.

தமிழுடன் சேர்த்து கணக்கு, அறிவியல், வரலாறு என்று மற்ற பாடங்களிலும் பாண்டித்தியம் பெற்றிருந்த அவரிடத்தில் நிறைய உலக அனுபவங்கள் இருந்தன. சங்கப் பொறுப்புகளில் தன்னை ஈடுபடுத்திக் கொண்டிருந்த கணேஷ் தண்டபாணி இந்திய நகரங்கள் பலவற்றுக்கும் சென்று வந்தது மட்டுமின்றி, உலக நாடுகள் சிலவற்றையும் சுற்றி வந்திருந்தார். தாய்லாந்து சென்றுவந்த அவரின் அனுபவத்தை கேட்பதற்கு பெரும் ரசிகர் பட்டாளம் ஒன்று இருந்தது. ஒவ்வொரு முறையும், கேட்கிறவர்களும் அனுபவித்திடும் வண்ணம், அங்கு பெற்ற பரவசத்தை விளக்கிடுவார்.

இவையெல்லாவற்றையும் தாண்டி, தமிழாசிரியர் கணேஷ் தண்டபாணியின் முகம் இயல்பிலேயே சிரிப்புக்குப் பொருத்தமில்லாத வகையில் விசேஷித்த விதமாக அமைந்திருந்தது. ஆசிரியர் தொழிலுக்கு ஏற்ற முகம் தன்னுடையது தான் என்று அதை அவர் பெருமிதத்தோடு சொல்லிக் கொண்டார். அவர் சிரிப்பது ஓர் அரிய நிகழ்வு! அந்த அதிசயத்தை அவருடைய நண்பர்களில் வெகுசிலர் மட்டுமே அத்திபூத்தாற் போலக் கண்டிருந்தனர். வானத்துக்குக் கீழே இருக்கின்றவற்றில் அவருக்குத் தெரியாததும், அவர் அறியாததும் எதுவுமில்லை என்கிற உறுதிப்பாடே கூட அவர் முகத்துக்கு

அந்தக் கடுந்தன்மையை வழங்கியிருக்கலாமென அவரின் நண்பர்கள் கருதிக் கொண்டனர்.

அம்பேத்கர் பாடத்தை நடத்தாமல் தவிர்த்த பாடவேளை முடிந்ததும் தலைமையாசிரியர் அறைக்குத் திரும்பிக் கொண்டிருந்த சமயத்தில், கணேஷ் தண்டபாணியின் பையைத் தூக்கிக்கொண்டு உடன் நடந்த கதிரேசன், வகுப்பறையில் நடந்தவற்றையெல்லாம் மறந்தவனாக மேலும் ஒரு கேள்வியை அவரிடத்தில் கேட்டான்.

“சார், நம்ம ஸ்கூல் லைப்பிரரியில அம்பேத்கர் படக்கதை புக்கு இருக்குது இல்ல சார்? அத நீங்க படிச்சிருக்கீங்களா?”

சடாரென நின்ற கணேஷ் தண்டபாணி, அவனை முறைத்துப் பார்த்துவிட்டு பையை வாங்கிக் கொண்டு விரட்டினார்.

“அந்தப் பைய இப்பிடிக் குடுத்திட்டு, நீ கெளம்பு”

எட்டாம் வகுப்பு வருவதற்குள் மாணவர்கள் விவரமடைந்து விடுகிறார்கள். எல்லாவற்றையும் அறிந்து கொள்ளத் துடிக்கும் பருவத்தின் வாயிலில் நிற்கும் அந்தப் பிள்ளைகள் தன்னைப்பற்றி என்ன நினைப்பார்கள்? அந்த வகுப்பிலிருந்து வெளியேறிய கணத்திலேயே இவ்வாறு நினைக்கத் தலைபட்டிருந்தார் கணேஷ் தண்டபாணி. மனதில் இலேசான நெருடலும் உருவாகியிருந்தது. ஆனாலும் தனக்குத் தெரிந்தவை ஏராளம் என்ற எண்ணம் மட்டும் அவர் மனதைவிட்டு அகலவில்லை. கதிரேசன் கேட்ட கேள்வி அவரை மேலும் எரிச்சலூட்டி மனதை இறுகச் செய்ததேயன்றி வேறெதையும் செய்யவில்லை.

அந்த வாரத்தின் இறுதியில் ஆசிரியர் பயிற்சி வகுப்பு ஒன்று வட்டாரத் தலைமையிடத்தில் நடந்தது. ஆசிரியர் பயிற்சிக் கூட்டங்களின் மீது பெரிய நம்பிக்கைகள் எதையும் வைத்திராத கணேஷ் தண்டபாணி, கருத்தாளர்கள் சொல்வதற்கு காது கொடுக்காமல், அருகிலிருப்பவர்களிடம் பேசிக்கொண்டு அமர்ந்திருந்தார். வருகைப் பதிவேட்டில் கையெழுத்தைப் போட்டுவிட்டால் புறப்பட்டுவிடலாம் என்று அவருக்குள் எண்ணம் அலைந்து கொண்டிருந்தது.

"இன்னைக்கி ஒவ்வொரு மனுசனுக்கும், அவனோடக் கையிலிருக்கிற செல்ஃபோன் ஏகப்பட்ட விஷயங்களக் கத்துக்கொடுக்குது. அதேமாதிரி, வாத்தியார்களுக்கும் கத்துக்கொடுக்குது. ஒருவகையான தன்னறிவு எண்ணத்தையும், நம்பிக்கையையும் உருவாக்குது! அந்த எண்ணம் ஆசிரியர்களோட மூளைகள ஒரு படலமாவே இப்போ மூடிருச்சி! இப்பப் போயி இவங்க... முன்னாடி வந்து நின்னு பேசி... நம்ம நேரத்தை வீணடிச்சிணு! ச்சை...!"

கணேஷ் தண்டபாணி அருகிலிருப்பவரிடம் சொல்லிக் கொண்டிருக்கையில், பயிற்சியை பார்வையிடும் அலுவலர் ஒருவர் அறைக்குள் திடீரென்று நுழைந்தார். ஆசிரியர்கள் எல்லாரும் எழுந்துநின்று அமர்ந்தனர்.

"ஹிம்... இது வேறயா?"

எழாமலேயே உட்கார்ந்திருந்த கணேஷ் தண்டபாணி அருகிலிருப்பவரித்தில் அலுத்துக் கொண்டிருக்கையிலேயே வந்த அதிகாரி பேச்சைத் தொடங்கினார்.

"நம்ம எல்லாருக்கும் எல்லாமும் தெரியாது. கடந்த காலப் பதிவுகள் இல்லாத, கணந்தோறும் மாறிடும் நிகழ்க்கால சூழ்நிலைகளில், அப்படியான ஒன்று சாத்தியமேயில்ல! இதை எப்படி நாம் முறியடிப்பது? எல்லாவற்றையும் திறந்த மனதோடு அணுகி உள்வாங்கிக் கொள்வது ஒன்றுதான் இதற்கு இருக்கும் ஒரே வழி. நீங்கள் நடத்தும் பாடங்களை தனிமையில் அமர்ந்து, ஒரே ஒரு அரைமணி நேரம், ஈடுபாட்டுடன் மனமொன்றி படித்துப் பாருங்க. அந்த அரைமணி நேரம், ஒரு மணி நேரமாக, அந்த ஒரு மணி நேரம், பல மணி நேரமாக உங்களை ஈர்க்கும். அதுவே பெருவிருப்பமாக திசைமாறும். உங்களையும் திசைமாற்றும்! அந்த அனுபவம் ஓர் அற்புதம்! அறிஞர்களும், சாதனையாளர்களும் இப்படித்தான் தங்களை வாசிப்புக்கு ஒப்புக் கொடுத்து, சாதனை உலகில் நுழைந்திருக்கிறார்கள், நுழைகிறார்கள். ஒன்றை புதிதாக அறியும்போது உங்களிடத்தில் உருவாகும் கேள்விகளை துளியும் தயங்காமல் பற்றிக்கொள்ள வேண்டும்! அப்படி பற்றிக்கொண்டு முன்னேறினால், அங்கு ஒரு புதிய உலகத்தைக் காண்பீங்க!"

அந்த அதிகாரி தனக்கு மிக அருகில் நின்று, கூர்மையான கத்தியால் மூளையுறைக்குள் ஊடுருவுவதைப் போலத் தோன்றியது. யாரந்த அதிகாரி என்று தெளிவாகப் பார்த்திடும் பொருட்டு, தமிழாசிரியர் கணேஷ் தண்டபாணி நிமிர்ந்த கணத்தில் சரியாக அதிகாரி அவரையே எழுப்பினார்.

"கணேஷ் சார்... உங்களப் பத்தி நெறைய சொன்னாங்க. ரொம்ப மகிழ்ச்சி! நீங்க எதாவது ஷேர் பண்ணிக்கிட்டா நல்லாருக்கும்! இந்த வாரம் என்ன பாடம் நடத்துனீங்க?"

"சட்ட மேதை அம்பேத்கர்"

"ஓக்கே, அம்பேத்கரைப் பற்றி உங்களுக்கு என்னவெல்லாம் தெரியும்?"

"ஏன் தெரியாம? அவர் ஒரு மகரா இருந்து முன்னேறியவர்! சட்ட அமைச்சர்!"

"இதையெல்லாம் தாண்டி... குறிப்பா வேற ஏதாவது?"

கணேஷ் தண்டபாணியால் வேறு எதையும் சொல்ல முடியவில்லை. ஏமாற்றம் படரும் முகத்துடன் அதிகாரி தன்னை பார்ப்பதையும், அதை மற்ற ஆசிரியர்கள் கவனிப்பதையும் கண்ட அவர் ஒருகணம் செய்வதறியாது நின்றார். அதிகாரி அவரை அமரச் சொல்லிவிட்டு வேறொரு ஆசிரியரை உதவிக்கு அழைத்தார்.

"ஓக்கே, இப்ப சின்னதா ஒரு வினாடி வினா போட்டி! பத்து ரேப்பிட் கெஸ்டின்ஸ்! இங்க இருக்கிறவங்க எவ்ளோ ஸ்கோர் பண்றீங்கன்னு பாக்கலாம். ஒரு பக்கம் அம்பேத்கர், இன்னொரு பக்கம் மற்ற தலைவர்கள்... சரியா? இந்த சார் நீங்க சொல்றதுக்கு போர்டுல மார்க் போடுவார். ரெடி ஸ்டார்ட்"

"நேருவோட அப்பா...?"

"மோதிலால் நேரு!"

"அம்பேத்கரோட அப்பா?"

"............"

"காந்தி என்ன படிச்சார்...?"

“வக்கீலுக்கு”

“அம்பேத்கர் படிச்சது?”

“பாரட்லா... அப்புறம்... ம்... ம்...”

“காந்தியாருடைய மனைவியின் பெயர்?”

“கஸ்தூரிபாய்”

“அம்பேத்கருடைய மனைவி பெயர்?”

“............”

“காந்தியடிகள் எழுதிய நூல்?”

“சத்திய சோதனை”

“அம்பேத்கர் எழுதிய நூல்?”

“அவர் புக்கு எழுதியிருக்கிறா? அரசியலமைப்புச் சட்டம்?”

“காந்தியடிகள் என்றதும் உங்கள் நினைவுக்கு வரும் போராட்டம்?”

“உப்பு சத்தியாகிரகம்... வெள்ளையனே வெளியேறு”

“அம்பேத்கர் என்றதும் உங்கள் நினைவுக்கு வரும் போராட்டம்?”

“............”

“காந்தியாருடைய ஆசிரமம்?”

“சபர்மதி”

“அம்பேத்கர் கட்டிய வீட்டின் பெயர்?”

“............”

“போதும். இந்தப் பத்துக் கேள்வியிலயே அம்பேத்கரையும் மற்ற தலைவர்களையும் நாம எவ்ளோ தெரிஞ்சி வச்சிருக்கோம்ணு புரியும். ரெண்டு பக்கமும் விழுந்திருக்கிற மார்க்கை ஒப்பிட்டுப் பாத்துக்கோங்க! நம்ம கிட்ட இருக்கிற சில மனத்தடைகள் திரும்பத் திரும்ப ஒன்னுமேலயே நம்மோட கவனத்தை குவிக்கவைக்குது! ஆனா நம்ம இந்தியச் சமுதாயத்தை தெளிவா புரிஞ்சிக்கணும்னா, நமக்கெல்லாம் கட்டாயமா திறந்த மனசு வேணுங்கிறதை மட்டும் வலியுறுத்திச் சொல்றேன்! ஆசிரியர்களுக்கு இது மிக மிக அவசியம். ஏன்னா அவங்க

எதிர்கால சந்ததிகளை உருவாக்கல. எதிர்கால சிந்தனையை உருவாக்குறாங்க! மூடி வச்சிருக்கிற எதுவுமே முடை நாற்றமடிக்கும். பிஃபோர் ஐ லீவ், ஐ கேன் ஸ்யூர்லி டெல் யூ... நீங்க எத அதிகமா தெரிஞ்சி வச்சிருக்கீங்களோ அதுதான் நீங்க. நல்லா யோசிச்சு பாருங்க, புரியும்!"

ஆசிரியர் பயிற்சிக் கூட்டம் முடியும் வரை அமைதியாகவும் மேலும் இறுகிய முகத்துடனும் உட்கார்ந்திருந்த கணேஷ் தண்டபணி சக ஆசிரியர்கள் யாருடனும் பேச்சு கொடுக்காமல் வெளியே வந்தார். அவர் அமர்ந்திருந்த இடத்திலேயே எல்லாம் உதிர்ந்துவிட்டது போலிருந்தது. உதிர்ந்த துணுக்கிலிருந்து ஒன்று மட்டும் எழுந்து நடப்பதாகத் தோன்றியது. கண்ணில் பட்ட தன்னுடைய பரிவாரத்தை சேர்ந்த ஓர் ஆசிரிய நண்பரை அழைத்து, வந்திருந்த அதிகாரியைப் பற்றிய விவரங்களை சேகரிக்கச் சொல்லிவிட்டு வண்டியில் வேகமாகக் கிளம்பினார். அவர் மனம் வீம்பினால் பருத்திருந்தது.

இதுவரைக்கும், சக ஆசிரியர்கள் யாருமே, அப்படியொரு ஏமாற்றம் படிந்த முகத்துடன் அவரை நோக்கியதாக வரலாறில்லை. எந்தக் கூட்டமானாலும் நேர்த்தியாக டக்செய்த கால்சட்டையை நளினமாக மேலே ஏற்றிவிட்டுக்கொண்டு அதிகாரிகளின் முன்னால் நிற்பார். அதிகாரிகளை பேசவிடாமல் செய்து, கூட்டத்தை தன்னுடைய கட்டுக்குள் கொண்டு வருவார். அவருடைய கட்டுப்பாட்டில் தான் எல்லா ஆசிரியர்களும் இருக்கிறார்கள் என்ற நிலையை சிருஷ்டித்துவிடுவார்.

அதிகாரிகளை எவ்விதம் பழக்குவது என்று அவருக்கு நன்றாகத் தெரியும். அவர்கள் வந்து இறங்கும் பேருந்து நிலையத்திலும், ரயில் நிலையத்திலும் சக ஆசிரியர்களை வண்டியுடன் நிறுத்துவார். சிறந்த சிற்றுண்டியையும், பேருண்டியையும் அவர்களுக்கு வழங்குவார். விலையுயர்ந்த பரிசுகளால் அதிகாரிகளின் பண்டிகை நாட்களை பரவசமாக்குவார்.

அவர்களை வீட்டுக்கு அழைத்து, பெரிய வாழையிலையில் விருந்தளிப்பார். அதிகாரியின் வேலைகளை வலிந்து வாங்கி செய்து கொடுப்பார். அவர்களின் வீடுகளில் நடக்கும் புதுமனைப் புகுவிழா, நிச்சயதார்த்தம், கல்யாணம், வளைகாப்பு, பிறந்த நாள், தொட்டிலில் போடுதல், காதுகுத்து, ஆன்மீகப் பயணம்,

அறுபதாம் கல்யாணம், இறப்பு, காரியம்... எல்லாவற்றுக்கும் தன் பரிவாரங்களுடன் போய்விடுவார். இப்போது எல்லாமே நொறுங்கிவிட்டதோ என்று அவர் மனம் தடுமாறியது.

கணேஷ் தண்டபாணி வீட்டுக்குச் செல்லாமல், தன் பால்ய சினேகிதரான சிவராஜை பார்ப்பதற்குப் போய்க் கொண்டிருந்தார். காலையில் அதிகாரி மூளையில் இறக்கிய கத்தி இன்னும் பிடுங்கப் படாமலேயே இருந்தது. அயோத்திதாசப் பண்டிதர், அம்பேத்கர், அபுல்கலாம் ஆசாத்... இவையெல்லாம் என்ன பாடங்கள்? யார் இவற்றையெல்லாம் பாடமாக வைக்கச் சொன்னது? அப்படி என்ன நமக்கு தெரியாமல் போய்விட்டது? அது என்ன மனத்தடை? என் ஆழ்மனதில் என்ன ஒளிந்து கிடக்கிறது? வண்டி ஓட்டிக் கொண்டிருந்த கணேஷ் தண்டபாணி தன்னையே விசாரித்துக் கொண்டார்.

அவர் வேலை செய்கிற பள்ளியின் இடத்தை, அவருடைய தாத்தா சீத்தாராமுலு தான் அரசாங்கத்துக்கு தானமாக வழங்கினார் என்று ஊரில் பேசிக்கொள்வார்கள்.

“இந்த வீட்டுலேர்ந்து நீ காலடி எடுத்து வைக்கிற எல்லா நெலமும் ஒரு காலத்துல நம்ம பரம்பரை சொத்துடா! இந்த மேலூரு, தூரத்துல இருக்குற கீழூரு, எல்லாமே நம்மோடது தான். காலப்போக்குல அதுல முக்காவாசி நெலங்க நம்ம கைய உட்டுப் போயிடுச்சி”

கணேஷ் தண்டபாணியின் அப்பா அவ்வப்போது சொல்வதுண்டு. அந்தச் சுற்று வட்டாரத்தில் ஏதேனும் ஓர் உதவி கேட்டு அவர்களின் வீட்டுக்கு வராத ஆட்கள் என்று யாரும் கிடையாது. அந்த அறிமுகத்தால் கணேஷ் தண்டபாணி, பள்ளியில் படிக்கும் பிள்ளைகளை அவர்களின் அப்பாக்களுடைய பெயரை வைத்தே பெரும்பாலும் விளிப்பார்! சிவராஜின் ஊரை நெருங்க நெருங்க சில கான்கிரீட் வீடுகளும், மஞ்சுப் புல்லும், ஓலையும் போர்த்திய வீடுகளுமாகத் தென்பட்டன. ஊருக்குள் நுழைந்தபோது திட்டமிட்டு உருவாக்கப்படாத தெருக்கள் கோணலும் மாணலுமாக நெளிந்தன.

சிவராஜின் குடும்பமே கணேஷ் தண்டபாணியின் நிலத்தில் வேலை செய்து கொண்டிருந்தவர்கள் தான். ஆனால் இதுவரை

ஒருமுறையும் அவர் அங்கு வந்ததில்லை. தன்னுடைய தாத்தாவுடனோ அல்லது அப்பாவுடனோ நிலத்துக்கு வரும்போது மட்டும் சிவராஜூடன் அவர் விளையாடுவதுண்டு! இதைத் தவிர்த்து அவர்கள் சந்தித்துக் கொள்வதும், பேசிக் கொள்வதும் பள்ளியில் மட்டும் தான். வீட்டின் முன்னால் நிற்கும் கணேஷ் தண்டபாணியைப் பார்த்ததும் ஆச்சரியம் தாளாத சிவராஜ், ஓடிச்சென்று அவரின் கையைப் பற்றிக்கொண்டவராய் அவரை வீட்டுக்குள் அழைத்துக் கொண்டு போனார்.

"உலகம் தலகீழா பொறண்டுடுச்சா கணேசா? இத என்னால நம்பவே முடியல!"

இன்னும் சரியாக கட்டி முடிக்கப்படாத அவருடைய வீட்டை பார்த்தவாறே நாற்காலியில் உட்கார்ந்த கணேஷ் தண்டபாணி, சிவராஜின் மனைவி கொடுத்த தண்ணீரை வாங்கி கொஞ்சமாய்க் குடித்துவிட்டு திருப்பித்தந்தார். இருவரும் எதையெதையோ பேசிக்கொண்டார்கள்.

"எதுக்கு அப்பிடிச் சொல்ற?"

"பேரன் பேத்தி கூட எடுத்துட்ட. ஆனா, இந்தப் பக்கமா நீ வந்ததேயில்லயே"

"ஏன் வரல? அதெல்லாம் வந்திருக்கிறேன். ஆமா, அப்பா... தாத்தாவெல்லாம்...?"

"எல்லாரும் கொரோனாவுல தவறிட்டாங்க. நீதான் கேள்வி பட்டிருப்பியே?"

"இங்க வீடுங்களெல்லாம்... ஒரு மாதிரி கலந்து கலந்து இருக்குதுங்க?"

"முன்னல எல்லாமே குடிசைங்கதான்! இப்பதான் எதெதோ வேலைகளுக்கு போற ஜனங்க, முடிஞ்சவரைக்கும் வீடுங்கள புதுசா கட்டிக்கிறாங்க"

"அப்புறம் நான் வந்த விசயம் என்னான்னா சிவராஜ்... எனக்கு அம்பேத்கர் பத்தி உங்கிட்ட இருக்கிற எதானா ஒரு புஸ்தகம் வேணும்! படிச்சிட்டு ஸ்கூல் பசங்கக்கிட்ட குடுத்து அனுப்பறேன். இல்ல... நானே எடுத்துட்டு வர்றேன்!"

"என்னா திடீர்னு?"

"இல்ல... ஒரு ரெஃபரன்ஸ்சுக்கு வேணும்!"

சிவராஜ் தன்னுடைய சிறு புத்தக அலமாரியிலிருந்து எடுத்துக் கொடுத்த நூலை கையில் வாங்கிப் பார்த்தார் கணேஷ் தண்டபாணி. அது கருப்புத் துண்டாய், கனத்த வடிவமாய் அவரின் கையை அழுத்தியது.

கதிரேசன் கேட்ட கேள்வியிலிருந்து கணேஷ் தண்டபாணியின் மனம் திடீரென அசையத் தொடங்கியிருந்தது. நகரின் சந்தடிகளுக்கு விலகி வெகு தொலைவிலிருக்கும் மலையடிவாரத்தில் அந்த ஊர் அமைந்திருந்ததால், கிராம மக்கள் வேலைத் தேடி பெரும்பாலும் வெளியூர்களுக்குச் சென்று வந்தார்கள். பகல் நேரங்களில் அந்த ஊர் கனத்த மௌனத்தை போர்த்தியிருந்தது.

நடுப்பகல் ஓய்வில் சாப்பிட்டு முடித்ததும், காதில் ஹெட்ஃபோனை சொருகி, தனக்குப் பிடித்த சுலோகங்களையும், பாடல்களையும் கேட்டுக் கொண்டு, ஆள் நடமாட்டமற்ற மலைப் பாதையில் இரண்டு மாணவர்கள் சூழ்ந்திட, சிறிது தூரம் நடப்பது கணேஷ் தண்டபாணியின் வழக்கம். அவருடன் நடக்கும் மாணவர்கள் கொஞ்சம் உரிமை எடுத்துக் கொண்டு சில கேள்விகளை அப்போது கேட்பார்கள். எதையாவது அவரிடத்தில் சொல்வார்கள்.

அந்நாளின் பகல் பொழுதில் வழக்கமான நடையை மலைப்பாதையில் மேற்கொண்டபோது, கணேஷ் தண்டபாணி எதிர்பாராத விதமாக காலிடறி கீழே விழப்போனார். உடனிருந்த கதிரேசனும், சம்பங்கியும் அவரைத் தாங்கிப் பிடித்து கொண்டார்கள். கதிரேசன் பதற்றத்துடன் சொன்னான்.

"கொஞ்சம் கீழ பாத்து நடங்க சார்!"

ஒருகணம் அப்படியே நின்று, அவனை ஆழ்ந்து பார்த்தார் கணேஷ் தண்டபாணி. கதிரேசன் சொன்னது அந்தக் கணத்தில் அவருக்கு வேறு மாதிரியாக ஒலித்தது. தன் காதிலிருக்கும் ஹெட்ஃபோனை கழற்றிச் சுருட்டி சட்டைப் பையில் போட்டுவிட்டு, கைபேசியை அணைத்து வைத்துக் கொண்டு, அங்கிருக்கும் பாறையின் மீது ஏறியமர்ந்துக் கொண்டார். அவர்

ஏறியமர்ந்த கற்பதுக்கை அவருக்கெனவே ஆதிமனிதர்களால் அங்கு போட்டு வைக்கப்பட்டிருந்ததைப் போலிருந்தது. அவர் தன் பார்வையை கீழே தெரியும் கிராமத்தின் மீதும், தொலைவில் தெரியும் ஊர்களின் மீதும் செலுத்தினார்.

ஒரு சிறு சலனமும் இன்றி தோற்றம் தரும் அந்தக் கிராமங்களை, மக்கள் கூட்டத்தை நெருங்கிச் செல்கிறபோது எத்தனை கூச்சல்கள்? ஓலங்கள்? தொலைவில், சற்று மேலே நின்று பார்க்கையில் எதுவும் கேட்காமல், ஒன்றுமே தோன்றாமல் எவ்வளவு ரம்மியமாய் அவை காட்சியளிக்கின்றன?

மாணவன் தன்னிடத்தில், கீழே பார்த்து நடக்கச் சொன்னது இதைத்தானா? கணேஷ் தண்டபாணி, மாணவன் கதிரேசனை அப்போதுதான் பார்ப்பதைப் போல மீண்டும் கூர்ந்து பார்த்தார். அரசாங்கம் வழங்கிய விலையில்லா சீருடையின் கால்சட்டை அவனுக்குப் பொருந்தாமல் கெண்டைக்கால் அளவுக்கு இருந்தது. மேலே அணிந்திருந்த சட்டை, இடுப்பு மட்டத்திலேயே நின்றதால், கால்சட்டை திறப்பை அவனால் மறைக்க முடியவில்லை. கால்சட்டையின் ஜிப் கிழிந்திருந்ததால் குறுக்காக ஒரு துணிப்பின்னை குத்தி வைத்திருந்தான். ஆசிரியர் தன்னை அப்படிப் பார்த்ததும், சீவப்படாத தலைமுடியைக் கோதிக்கொண்டு வெட்கத்தோடு சிரித்தான் கதிரேசன்.

அவர்கள் திரும்பி வரும்போது கணேஷ் தண்டபாணியின் மனம் திறந்து கொண்டு, அதில் பலவாறான எண்ணங்கள் புரளத் தொடங்கியிருந்தன. மாணவர்கள் அவரிடத்தில் கேட்ட கேள்விகள் திடீரென காதில் ஒலித்தன. பயிற்சிக்கு வந்திருந்த அதிகாரி மீண்டும் முன்னால் நின்று, உனக்கு எல்லாம் தெரிந்து விட்டதோ எனக் கேட்டு சிரித்தார். சிவராஜிடம் பேசிக் கொண்டிருக்கையில் சொன்னது பொய்தானே என்றும் இப்போது தோன்றியது. இதுவரை தான் இருக்கும் ஊரிலேயே, எல்லா ஆட்களையும், வீதிகளையும் அறிந்திருக்கிறோமா என்று கணேஷ் தண்டபாணி நினைத்துப் பார்த்துக் கொண்டார்.

சிவராஜ் கொடுத்த அம்பேத்கர் வாழ்க்கை வரலாற்று நூலின் தொடக்க வரிகளிலிருந்து முடிவு வரை சிற்சில பகுதிகள் மனதில் தோன்றித் தோன்றி மறைந்தன.

‘2500 ஆண்டுகளாக … … 1950 இல் இந்திய அரசியலமைப்புச் சட்டம் தீண்டாமையை ஒழிப்பதற்கு வழிவகை செய்வதற்கு முன்னர் வரை தீண்டப்படாதவர், அணுகக்கூடாதவர், காணக்கூடாதவரென்ற முப்பிரிவினராகத் தீண்டப்படாதவர்கள் பிரிக்கப்பட்டிருந்தனர் … … அறிவின் புதிய கல்விக்கூடம்; கவிதையின் புதிய ஊற்று; புண்ணியப் பயணத்திற்கான புதிய இடம்; இலக்கியத்திற்குப் புதிய வாசல் … இதுவே அம்பேத்கரின் வாழ்வு!’

“அணுகக்கூடாதவர்… காணக்கூடாதவர்”

என்ற சொற்கள் மட்டும் கணேஷ் தண்டபாணியின் மனதில் மோதி மோதி ஒலித்தன. கதிரேசன் இன்னும் சற்று சுதந்திரத்தோடு அவரிடம் பேசியபடியே நடந்து கொண்டிருந்தான். வகுப்பிலிருக்கும் மாணவர்களைப் பற்றியெல்லாம் ஏதேதோ கேட்டுக் கொண்டு வந்த அவருக்கு, அவனும் சம்பங்கியும் சளைக்காமல் பதில் சொல்லிக் கொண்டு வந்தனர். முன்பு தான் பார்த்து யூகித்திருந்த காட்சிகளுக்கெல்லாம் இப்போது வேறு அர்த்தங்கள் இருப்பதாக அவருக்குத் தோன்றியது.

இலவச அரிசி வாங்கிட ரேஷன் கடையில் ரேகை வைக்க வேண்டுமன்று வகுப்புக்கு இடையிலேயே கேட்டுப் போவது, எட்டாம் வகுப்பைத் தாண்டியதும் படிப்புக்கு முழுக்கு போடுவது, அடிக்கடி பள்ளிக்கு வராமல் நிற்பது, ‘கொச்சை’ என்று உறுதியாக நம்பும் வார்த்தைகளை மிகவும் இயல்பாகப் பேசுவது, வியர்வை நாற்றத்தோடும் அழுக்குத் துணியோடும் அருகில் வந்து நிற்பது, வீட்டுப் பாடத்தை செய்யாமல் வருவது, தங்கைகளையோ தம்பிகளையோ உடனழைத்து வந்து வகுப்பறையில் பாடத்தை நடத்த விடாது செய்வது… எல்லாவற்றுக்கும் பின்னால் வேறு வேறு அர்த்தங்கள் இருப்பது அவருக்குப் புலப்பட்டுக் கொண்டே வந்தன. அவ்வப்போது சில குழப்பங்களும் தோன்றி கணேஷ் தண்டபாணியை நிலைகுலைய வைத்தன.

அவர்கள் பள்ளி வளாகத்துக்குள் நுழைந்தபோது மாணவர்கள் வகுப்பறைகளுக்குச் செல்லாமல் விளையாடிக்கொண்டு இருந்தனர். ஒரு மாணவனின் நெற்றியில் துணிப் பட்டையைக் கட்டி, அதில் சில பூக்களையும் தென்னங்குச்சிகளையும்

சொருகி, அவனைக் காளையாகப் பாவித்து, மைதானமெங்கும் துரத்தினர். பெண் ஆசிரியர் ஒருவர், ஒரு மாணவியை அழைத்து அவளுடைய சடையை இழுத்து திட்டிக் கொண்டிருந்தார். கணேஷ் தண்டபாணியைப் பார்த்ததும் முறையிடுவதைப் போல அவர் சொன்னார்.

"இதப் பாருங்க சார். பெரிய பொண்ணாயிடுச்சி. ஆனா, புத்தி வரல! அந்த முனிசாமி பையம்மேல இவ பந்தப் போட்டுட்டாளாம். அதனால அவன் கோவிச்சிக்குணு இவக் கூட பேசலயாம்! ஒடனே இவ, அவங்கையப் போயி வலிந்து புடிச்சி இழுக்கிறா சார்! யார் யாரு, எதெதுங்கக்கூட பழகறதுன்னு ஒரு வகதொக தெரியாம, இப்பவே ஆடத் தொடங்கிடுதுங்க!"

பெண் ஆசிரியருக்கு பதில் எதையும் சொல்லாமல் நடந்த கணேஷ் தண்டபாணி, நேரே எட்டாம் வகுப்பு 'அ' பிரிவில் போய் உட்கார்ந்து கொண்டார். அங்கு மாணவிகள் சிலர் எதற்கோ தயாராவதைப் போல பரபரத்தவாறிருந்தனர். அவரைப் பார்த்ததும் அங்கு மேலும் பரபரப்பு கூடியது.

கதிரேசனும், சம்பங்கியும் பிற்பகல் வகுப்புகளுக்கான மணியை அடித்துவிட்டு வந்து வகுப்பில் நுழைந்தனர். திடீரென பள்ளியை ஆழ்ந்த அமைதி தழுவிக் கொண்டது. மைதானத்திலிருந்த சோற்றுப் பருக்கைகளைத் தேடித்தேடி கொத்தித் தின்னும் காக்கைகளின் சிறகடிப்புகளும், சலம்பல்களும் மட்டுமே கேட்டன. வகுப்பில் உறைந்திருக்கும் ஆழ்ந்த அமைதியை சிறுதுணிவின் செருமலால் கலைத்தபடி கணேஷ் தண்டபாணியின் முன்னால் ஒரு மாணவி வந்து நின்றாள்.

"சார், கௌசல்யாவுக்கு இன்னிக்கு பொறந்த நாளு! நீங்க மத்தியானமா கிளாசுக்கு வந்ததும் கேக்கு வெட்டணும்னு இருக்கிறா. இப்ப வெட்டலாமா சார்?"

எதையும் சொல்லத் தோன்றாத கணேஷ் தண்டபாணி வெறுமனே தலையை ஆட்டி அனுமதியளித்துவிட்டு, பிறந்தநாள் கொண்டாடும் கௌசல்யாவை ஏறிட்டுப் பார்த்தார். அவள் நன்றாகத் தலையை சீவி, முகத்தை பௌடராலும், கண் மையாலும் அலங்கரித்திருந்தாள். புதிதென அவள் உடுத்தியிருந்த பிறந்தநாள் ஆடை மிகுந்த எளிமையை இயம்பியது.

மாணவிகள் சிலர் பகல் உணவுண்ணுவதற்கென பையில் கொண்டு வரும் பழைய ஸ்டீல் தட்டு ஒன்றை எடுத்து வந்து அவர் முன்னால் மேசையில் வைத்தனர். அதில் ஒரு சிறிய பண்ணும், சில பப்பாளிப் பழத்துண்டுகளும் இருந்தன. அந்தப் பண்ணின் மீது நான்கைந்து தீக்குச்சிகளை நட்டு வைத்திருந்தார்கள். கணேஷ் தண்டபாணியை எதுவோ சட்டென்று நிலை குலையச் செய்தது.

“என்னமா இது?”

“கேக்கு சார்”

அந்தச் சிறுவர்களின் முகங்களில் சிறிதளவும் பாசாங்கில்லை. எல்லார் முகங்களிலும் புன்னைகை நிரம்பி வழிந்தது. அவர் எழுந்து வழிவிட்டதும் மாணவிகளில் ஒருத்தி பண்ணின் மேல் நடப்பட்டிருந்த தீக்குச்சிகளைக் கொளுத்தினாள். கௌசல்யா அவற்றை சம்பிரதாயமாக ஊதியணைத்தாள். மெழுகு கருகும் வாடை பரவியது. பழைய கத்தியொன்றின் உதவியால் பண்ணை வெட்டி, ஒரு பப்பாளிப் பழத்துண்டை அதனுடன் வைத்து கௌசல்யாவுக்கு ஒருத்தி ஊட்டினாள். எல்லாரும் கைகளைத்தட்டி பறவைகளின் சிறு எம்பல் போலக் குதூகலித்து குதித்தனர்.

“ஏய் சாருக்கு ஊட்டுடி!”

மாணவி ஒருத்தி சொன்னதும் அந்த அறையின் உற்சாகக் கண்கள் கணேஷ் தண்டபாணியை தயக்கத்தோடு ஏறிட்டன. இன்னதென்று அதுவரை தான் அறியாத படியான ஒன்று உள்ளே பிரவாகிப்பதை உணர்ந்தவறே, பீடத்தின் முன்னின்று இராப்போசனத்துக்கு வாய்த்திறக்கும் பக்தனைப் போலவே வாய்த்திறக்கும் கணேஷ் தண்டபாணிக்கு கௌசல்யா ஒரு பண் துண்டை ஊட்டினாள்.

எல்லாம் சில மணித் துளிகளிலேயே முடிந்துவிட்டது. தமிழாசிரியர் கணேஷ் தண்டபாணி தாங்கள் கொடுத்த சிறு ரொட்டித் துணுக்கை ஒன்றை சாப்பிட்டதை அந்தச் சிறுவர்களால் உறுதியாக நம்ப முடியவில்லை. அதுவே வகுப்பறையின் மௌனத்துக்கு மேலும் செறிவூட்டியிருந்தது. அந்த மௌனத்தை இன்னும் கிழிக்கும் விதமாக அங்கு ஒன்று நடந்தது.

“அம்பேத்கருடைய பாடத்தை நான் இப்ப நடத்தப் போறேன்! இந்தப் புத்தகத்தை எனக்குப் படிக்கக் கொடுத்தவன் என்னுடைய நண்பன் சிவராஜ். ஒருமுறை இதே மாதிரி வகுப்பறையில எனக்குப் பிறந்த நாள் கொண்டாடியபோது, தன்னுடைய உழைத்துத் தடித்தக் கையால காட்டுப் பழங்களைக் கொடுத்தான்... பதிலுக்கு நான் அவனுக்கு என்ன கொடுத்தேன்னு நினைவில்ல! இன்னும் கொஞ்ச தூரந்தான்! நகர்ந்து நகர்ந்து வந்துட்டோம்! இன்னும் கொஞ்ச தூரம் நகர்ந்து நகர்ந்து போவோம்! ஒன்னாவே போவோம்! இன்னும் கொஞ்ச தூரந்தான்...”

முற்றிலுமாக இளகிக் குலைந்திருந்த கணேஷ் தண்டபாணி எழுந்து நின்று, தன் பையிலிருந்த அம்பேத்கரின் புத்தகத்தை எடுத்து மாணவர்களுக்குக் காட்டி பேசத் தொடங்கினார். பள்ளி மைதானத்தில் உறைந்திருந்த வெய்யில் திரவமாகித் தளும்புவதற் கொப்ப, தங்கள் தமிழாசிரியரின் குரலும் உடைந்துத் தளும்புவதை முதன் முறையாக கவனித்தபடி அச்சிறுவர்கள் கவனித்துக் கொண்டிருந்தனர்.

⊙

வாழ்க்கை உயிர்ப்பெற பாடு

அமர்ந்திருந்த பேருந்து நிழற்கூடத்தின் ஆஸ்பெஸ்டாஸ் கூரை அங்கங்கு சிதிலமடைந்திருந்தது. உடைந்துக் கிடந்த ஓடுகளின் வழியே வெய்யில் கீழிறங்கிச் சுட்டது. பெருவிரலையும் சுட்டுவிரலையும் பிரித்து நீட்டுவது போலிருக்கு நிழற்கூடத் தாங்கிகளின் பைஞ்சுதைப் பூச்சு பெயர்ந்து, உள்ளிருக்கும் இரும்பு துருவேறி கருத்துத் தெரிந்தது. சிவப்பு ஆக்சைடு பூசப்பட்ட சாய்மான பெஞ்சுகள் ஆட்கள் தேய்த்து வழுவழுப்பாகி இருந்தன.

அஞ்சல்காரருக்காக காத்துக் கொண்டிருந்தான் இளங்கோ. அலுவலகத்திலிருந்து அவர் கடிதங்களுடன் புறப்பட்டாரென்றால் இந்த வழியாகத்தான் ஊருக்குள் சென்றாக வேண்டும். நெடுஞ்சாலையில் வாகனங்கள் போவதும் வருவதுமாக இருந்தன. சென்னைக்கும் பெங்களூருக்கும் செல்கின்றவையே பெரும்பாலானவை. வழுவழுப்பான தார்ச்சாலையில் அவற்றின் சக்கரங்கள் அழுத்தமாக உரசும் வினோதமான ஒலித்துணுக்குகள் கேட்டன. பாலாற்றின் மேற்குக்கரையிலிருந்து அரிதாக ரயில்கள் கடக்கின்ற தொடரோசை ஊடறுத்தது.

கல்லூரியிலிருந்து வீட்டுக்குத் திரும்பிவிட்ட பிறகு காலம் முடங்கி விட்டதாகக் கருதினான் இளங்கோ. அவன் நாட்களின் சூரியன் உதிக்கவுமில்லை. சாயவுமில்லை. உபரியாகத் தேங்கி ஊதிப்பருத்து நிற்கும் காலக்குட்டையிலிருந்து கரையேற முடியாமல் நீச்சலடித்துக் கொண்டிருப்பதாக அவனுக்குத் தோன்றியது.

“எத நெனச்சியும் நீ கவல படாத எப்பா. உம்பாட்டுக்கு எளுதி போட்டுணே இரு. வர்றது வழியில தங்குதா? வர்ற வேல ஒருநாளு வந்தே தீரும்! இந்தக் கஸ்டமெல்லாம் காணாமப் போயிடும் பாத்துக்க! மலபோல வந்தாலும், பனி போல வெலகிடும்!”

அம்மா அடிக்கடி அவனிடம் சொல்கிறார். அதுவும் அவர் வேலைக்குக் கிளம்பிடும் நேரங்களில். இந்த அம்மாக்களுக்கு மட்டும் மனதைப் படிக்க எப்படித் தெரிந்து விடுகிறது? இதில் தெரிவதற்கு என்ன இருக்கிறது? அந்த மனதை உருவாக்குகிறவர்கள் அவர்கள். தான் உருவாக்கிய ஒன்றை உள்ளங்கையில் எடுத்து வைத்துக் கொண்டு பேசுகிறார்கள்!

“அப்பிடியே இருந்துற போற எப்பா. சாப்பாடு செஞ்சி வெச்சிக்கிறேன் பாரு! வகுற்றொப்ப போட்டுணு சாப்புடு சாமி. தம்பியும் பாப்பாவும் உஸ்கோல்லேர்ந்து வந்தா பாத்துக்க. நான் இதோ ஓடிபோயி வந்துற்றேன்.”

தேங்காய் வெட்டு நடக்கும் தோப்புகளில் காய்களை எடுத்துப் போடவோ, மக்காச்சோளக் கதிர் உடைக்கவோ, வெற்றிலைக் கொடிக்கட்டவோ ஓய்வில்லாமல் அம்மா போய்க்கொண்டே இருந்தார். நெல்லறுப்புக் காலங்களை அவர் தவற விட்டதில்லை. சில நேரங்களில் கரும்பு வெட்டுதற்கும் போய்வந்தார். தலைசுமந்து வரும் சோகைச்சுமையை பால்மாடு வைத்திருக்கிறவர்களுக்கு விற்றார்.

அப்பாவுக்கோ எல்லாமே நூதனம் தான். சிறிய ஒன்றைக்கூட பொறுப்புடன் செய்யும் படிக்குச் சொல்வார். சின்ன விசயம் தான். சின்னது என்றால் மதிப்புக் குறைந்ததல்ல. அளவில் சிறியது. ஆகிருதியில் சிறியது. அருமையில் சிறியதல்ல! அப்பா, தேங்காய் உரிப்புக்குச் செல்லும் நேரம்போக, கிடைக்கிற நேரங்களிலெல்லாம் தினசரி பத்திரிகைகளைப் படித்தார். எங்கிருந்தாவது, யாரிடமிருந்தாவது வாங்கிக் கொண்டு வருகின்ற அவற்றை, சிறு புட்டியெண்ணெய் விளக்கின் முன்னால் அமர்ந்து படித்தார். படித்து முடித்தவற்றை நான்காக மடித்து எறவானத்து ஓலைக் கூரையில் சொருகி வைத்தார்.

"முள்ளோட மொன சின்னது தான். ஆனா, அது குத்துனதும், ஒடம்பு பூராவுமே நோவெடுக்கல? ஆலம் வெரைக்குள்ள எவ்ளோ பெரிய மரம் ஒளிஞ்சினுக்கீது? அண்ட சராசரத்தோட ஒப்பிடறப்போ இந்தப்பூமி சின்னக் கடுகுதானே? கடுகுகூட இல்ல, வெறும் தூசி! ஆனா, அதுக்குள்ளாற எவ்ளோ பெரிய நெலமும் வாழ்க்கையும் இருக்குது? எதையும் நீ சிறுசின்னு சாதாரணமா நெனச்சிடாத! எதையாவது செஞ்சிக்கிணே இரு. ஏதாவதொன்னு நடக்கும்!"

கல்லூரி முடித்து ஓராண்டு ஆகிவிட்டது. அவனுக்கு அடுத்த பெரியத் தம்பியும் கல்லூரியில் சேர்ந்துவிட்டான். சின்னவனும், கடைக்குட்டித் தங்கையும் இன்னும் பள்ளிக்குத்தான் போகிறார்கள். ஆனால் சீக்கிரமே வளர்ந்துவிடுவார்கள். மேற்கொண்டு படிப்பதை விட்டுவிட்டு முதலில் ஒரு வேலையை பார்த்துக் கொள்ளலாம் என்று கருதினான் இளங்கோ. பக்கத்து டவுனைச் சுற்றிலும் நிறைய காலணித் தொழிற் சாலைகள் இருந்தன. ஆனால் அங்கெல்லாம் வேலை செய்ய வேண்டாம் என்பது அவன் அபிப்பிராயமாக இருந்தது. அப்பாவும் கூட அதையேதான் சொன்னார்.

"உள்ளூர்ல எதுக்கு? எதானா வெளியூர்ல போயி செஞ்சிட்டு வா"

எதிரில் குமிந்திருக்கும் காலத்தினுள்ளே தனக்கானதைத் தேடுவது அச்சத்தை தந்தது. முடிதிருத்தகங்களிலும், படிப்பகங்களிலும் நாள்தோறும் நேரத்தைச் செலவழித்து பத்திரிகைகளில் வரும் வேலை வாய்ப்புப் பகுதிகளை அலசினான். விண்ணப்பங்களைப் போட்டான். நடுநடுவே நெருக்கமான நண்பர்களுக்கும், விடுதித் தோழர்களுக்கும் கடிதங்களை எழுதினான். அரசாங்கக் கிளை நூலகத்துக்குச் சென்று தினந்தோறும் நூல்களை எடுத்து வந்து வாசித்தான். சில நாட்களில் காலையில் எடுத்து வந்த நூலை மாலையே எடுத்துக்கொண்டு போய் கொடுத்து நூலகரிடத்தில் திட்டு வாங்கினான்.

"ஒரு புக்கை எடுத்துனு போயி, படிச்சிட்டு தர்றதுக்கு பதனஞ்சி நாள்! நீ அன்னைக்கே கொணாந்துக் குடுத்தா எப்படி? அட்லீஸ்ட் ரெண்டு நாளு கழிச்சாவது எடுத்துனு வா!"

அவனுடைய பெரும்பகுதி நேரங்கள் மாதாகோயில் வளாகத்திலேயே கழிந்தன. புத்தகங்களை அங்கு அமர்ந்து படிக்கலாம். தனிமையும், சிலுசிலுவென்ற காற்றும் சூழ்ந்த அவ்விடம் அலாதியாகவிருக்கும். கருங்கற்களால் கட்டப்பட்ட புராதனமான கட்டடம் அது. கல்வளைவு கொண்ட பிரதான வாயில். தலை மறைந்திடும் அளவுக்கு சுற்றுச் சுவர்கள். ஆலயத்தின் பக்கவாட்டுப் பகுதிகள் இரண்டிலும் வாசல்கள். மூன்றுக்கும் கதவுகள் கிடயாது. பிதா, குமாரன், பரிசுத்த ஆவியின் திரியேக வாயில்கள் என்று அவற்றைப் பற்றி நண்பனொருவன் சொன்னான்! வெளிப்பிரகாரத்தைத் தாண்டி உள்ளே பிரம்மாண்டமான மரக்கதவுகளுடன் கூடிய ஆலயம் இருந்தது.

தேவாலயத்தைச் சுற்றி பரந்து கிடக்கும் கரம்பில் சிறுவர்கள் விளையாடுவார்கள். அவர்களுடன் இணிந்து விளையாடிக் கொண்டோ, வேடிக்கைப் பார்த்துக் கொண்டோ இருக்கலாம். மழைக் காலங்களில் தேவாலயத்தின் வெளிப்புற சுவர்களில் பாசிகளும், ஆனைப்புற்களும், சிறுதாவரங்களும் வளரும். வெளிச்சுவருக்கும் ஆலயத்துக்கும் நடுவிலிருக்கின்ற மணற்பரப்பிலும் புற்கள் மண்டியிருக்கும். அப்போது அந்த ஆலயத்தின் தோற்றமே அழகாயிருக்கும்.

இளங்கோவின் நினைப்பை அஞ்சல்காரரின் குரல் கலைத்தது. மிதிவண்டியிலிருந்து இறங்காமல், ஒருகாலை பெடல் மீதும், ஒருகாலை தரையிலும் ஊன்றி வைத்துக் கொண்டு கடிதக் கட்டிலிருந்து பழுப்புநிற உறையொன்றை எடுத்துக் கொடுத்தார். சிறு புன்னகையுடன் கடக்கும் அவரை, பதில் புன்னகையுடன் ஒருகணம் கவனித்து விட்டு, கையிலிருக்கும் கடிதம் எங்கிருந்து வந்திருக்கிறதென பார்த்தான். 'எம்.ஏ.கே. பேக்கேஜிங்ஸ், சிப்காட் இண்டஸ்டிரீஸ் பார்க், ஸ்ரீபெரும்புதூர்' என்று குறிக்கப்பட்டிருந்தது. இளங்கோ பரபரப்புடன் உறையின் தலைப்பகுதியைக் கிழித்து உள்ளிருக்கும் கடிதத்தை எடுத்துப் படித்தான். கணக்கெழுதும் வேலைக்கு நடக்கின்ற நேர்காணலில் கலந்துக்கொள்ளும்படி அவனை அழைத்திருந்தார்கள்.

தோளில் ஒரு துணிப்பையை மாட்டியபடி பாட்டியிடம் சொல்லிக் கொண்டு கிளம்பினான் இளங்கோ. நேர்காணல் கடிதம் அஞ்சலில்

சேர்க்கப்பட்டு நான்கு நாட்கள் ஆகியிருந்தன. அஞ்சல்தலை மேல் குத்தப்பட்டிருந்த முத்திரை, 26.01.1991 என்று தேதியைத் தெளிவாகச் சொன்னது. திருப்பெரும்புதூரிலிருந்து வெங்கிளிக்கு அதிகபட்சம் மூன்று நாட்களில் வந்து சேர்ந்திருக்க வேண்டிய கடிதம் அது. ஆனால் இப்படித் தாமதமாகக் கிடைத்திருப்பதன் காரணம் தெரியவில்லை. அன்று மாலை மூன்று மணிக்கு அவன் நேர்க்காணலில் கலந்துக் கொண்டாக வேண்டும்.

இந்தக் கம்பெனியின் முகவரியை பிரசன்னா தான், முன்பு எழுதிய கடிதத்தில் அவனுக்குத் தெரிவித்திருந்தான். நேர்காணல் அழைப்பு ஏதேனும் வந்தால் அவனுக்குத் தெரிவிக்கும்படியும், அப்படி வரும்போது, பேருந்து நிலையத்தில் காத்திருந்து அழைத்துக் கொள்வதாகவும், திருப்பெரும்புதூரிலேயே நல்லதாக ஒரு தங்குமிடம் கிடைக்கும் வரையில் பூண்டியில் தன்னுடன் தங்கலாமென்றும் பிரசன்னா அதில் சொல்லியிருந்தான்.

வேலூர் கோட்டை மைதானத்தில் நடந்த பொருட்காட்சி ஒன்றில், பயணங்களுக்கு உதவும் என்று வாங்கி வைத்திருந்த தோள்பை, ஒருஜோடி உடுப்பையும், சான்றிதழ்களையும் வைத்துக் கொள்வதற்கு வசதியாக இருந்தது. கைச்செலவுக்கென்று அவ்வப்போது அப்பா பணம் கொடுப்பதுண்டு. அந்தப் பணம் போக்குவரத்துச் செலவையும், இன்னபிற செலவுகளையும் ஓரிருநாட்கள் சமாளிக்கின்ற அளவுக்கு சேர்ந்திருந்தது. அதை கவனமாக எடுத்து வைத்துக் கொண்டான். நேர்காணல் முடியும் நேரத்தைப் பொறுத்து வீட்டுக்குத் திரும்புவதைக் குறித்தோ அல்லது பிரசன்னாவைப் பார்க்க பூண்டி செல்வது குறித்தோ முடிவெடுத்துக் கொள்ளலாம் என இளங்கோ நினைத்தான்.

நேரம் பத்து மணியைக் கடந்திருந்தது. துரிதமாகக் கிளம்பினால் ஒழிய மாலை மூன்று மணிக்குள் திருப்பெரும்புதூருக்குப் போய்ச்சேரமுடியாது என்று மனம் பரபரத்தது. ஞாபகப்பிசகு கொண்ட பாட்டியிடம் எதைச்சொல்வது என்று புறப்படுவதற்கு முன்னர் தயங்கினான். முடிந்த மட்டும் அன்றிரவே வீடு திரும்பப் பார்க்கலாம். ஒருசமயம் பிரசன்னாவைப் பார்க்கச் செல்வதாயிருந்தால், திருப்பெரும்புதூரில் இறங்கிய உடனே பயண விவரத்தை அஞ்சலட்டையில் எழுதிப் போட்டு விடலாம். அது எப்படியும் நாளைக்கே அப்பாவின் கையில்

கிடைத்துவிடும். மனம் போட்ட திட்டங்களால் தன்னைத் தேற்றிக் கொண்டான்.

"பாட்டி, ஒரு வேல விசயமா வெளியூருக்குப் போறேன். ராத்திரிக்கே திரும்பிடுவேன். ஒடனே போயாகணும். அவசரம். அப்பா அம்மாகிட்ட சொல்லிடு"

"மகராஜனா போயிட்டு வா சாமி!"

வேறு நேரமாக இருந்திருந்தால் பாட்டி தன் கணவனின் பயண பிரஸ்தாபங்களை அவனுக்குச் சொல்லத் தொடங்கிவிட்டிருப்பாள். அப்படிச் சொல்வதற்கும் அவளிடத்தில் பல கதைகள் இருந்தன. வாழைக் கன்றுகளைப் போல அக்கதைகள் அவள் நெஞ்சிலிருந்து முளைத்தன. தேங்காய் உரிப்புக்காக தாத்தா கும்பகோணம் போன கதை. சென்னைப் பட்டிணத்தில் தொடுப்பைத் தேடிக்கொண்ட கதை. வேலூர் மார்க்கெட்டில் கூலிப்பணத்தை தொலைத்த கதை. இப்படி ஏதாவது ஒன்று.

"வெற ஒன்னு போட்டா சொற ஒன்னா மொளைக்கும்? ஊர் சுத்தறதுல அப்பிடியே அவுருதான் நீ, போ!"

வாசலில் அமர்ந்து வெற்றிலையைக் குதப்பியபடி அவள் சொல்வது தெருவில் கால் வைக்கும்போது கேட்டது. நேரம் இருந்திருந்தால் அதைச் சொல்லும் போது அவள் முகத்தில் பொங்கும் பெருமிதத்தை நின்று பார்த்திருக்கலாம். வரியோடிய அவள் முகம் ஒரு கணத்தில் குழந்தையைப் போல மாறி மீளும் தருணத்தை தவறவிட்டு விட்டோமே என்று நினைத்தபடி வேகமாக நடந்தான் இளங்கோ. வெய்யில் அழுத்தமாகக் கிள்ளியது. போன வாரம் தான் பொங்கல் கடந்திருந்தது. அதற்குள் இப்படி. இனி மாசி பங்குனியில் தீய்க்குமோ? தை மாத வெய்யிலுக்கே தனி குணம்தான்! எண்ணியது மனம்.

வேலூர் செல்லும் பேருந்தில் ஏறி ஜன்னலருகில் உட்கார்ந்தபிறகு நிச்சயமின்மையின் இருண்மை பீடித்துக் கொண்டது. மனம் போனபோக்கில் பலவற்றையும் அசை போடத் தொடங்கினான் அவன். கண்கள் வெறுமனே சாலையோரத்திலிருக்கும் புளிய மரங்களையும், ஆலமரங்களையும் நோட்டம் விட்டுக்கொண்டு சென்றன.

அரசாங்க மாணவர் விடுதியிலிருந்து வீட்டுக்கு வந்த ஒருவார காலத்திலிலேயே பிரசன்னாவிடமிருந்துதான் அவனுக்கு முதல் கடிதம் வந்திருந்தது. அதற்கு அவனும் உற்சாகத்தோடு பதில் எழுதினான். இப்படி அவர்கள் கடிதங்களை எழுதத் தொடங்கினார்கள். அருகில் இருக்கும்போதை விடவும், தொலைவில் இருக்கும் போதுதான், பிரியமானவர்களைப் பற்றி அதிகமாக அறிந்து கொள்கிறோம் என்பதை இளங்கோ உணர்ந்தான்!

அவன், ஊருக்கு மேற்கே பாயும் பாலாற்றையும், கிழக்கே வானுயர எழுந்து நிற்கும் ஜவ்வாது மலைத்தொடரையும் கடிதங்களில் விரிவாக எழுதுவான். பிரசன்னா, பூண்டி ஏரியை எழுதுவான். இளங்கோ தன் அப்பா செய்யும் தேங்காய் உரிப்புத் தொழிலை குறித்து எழுதினால், பிரசன்னா அவனுடைய அப்பாவின் அரசியல் குறித்து எழுதுவான். சில சமயங்களில் பிரசன்னா கடிதத்துடன் சேர்த்து புத்தகங்களையும் அனுப்பிவைப்பதுண்டு.

வேலூரிலிருக்கும் ஒரு கல்லூரியில் இளங்கலை பட்டப்படிப்பில் சேர்ந்த இளங்கோ, அப்படியே அரசு மாணவர் விடுதிக்கு விண்ணப்பித்து தங்கிக் கொண்டான். அந்த விடுதிக் காப்பாளர் புதிய மாணவர்களுக்காக வரவேற்பு நிகழ்ச்சி ஒன்றை ஏற்பாடு செய்திருந்தார். அந்நிகழ்ச்சி ரேக்கிங்கைத் தடுக்கும் என்று அவர் நம்பினார். புதிய மாணவர்களுக்கும், மூத்த மாணவர்களுக்கும் இணக்கத்தினை ஏற்படுத்தும் பொருட்டு அவரவர் விருப்பத்துக்கேற்ப ஏதாவதொரு திறனை இணைந்தோ, தனித்தோ வெளிப்படுத்தலாம். அதற்கு நினைவுப் பரிசுகள் வழங்கப்படும் என்று அறிவித்தார்.

'பூமலர்த் தூவும் பூமரம் நாளும்
பூவைக் கொண்டு, பூமிதன்னை பூசை செய்யுதே
பூவிதழாலும் பொன்னிதழாலும்
பூவை எண்ணம் காதல் என்னும் இன்பம் செய்யுதே
பூமழைத்தூவும் வெண்ணிற மேகம்
பொன்னையள்ளுதே வண்ணம் நெய்யுதே
ஏங்கிடுதே என் ஆசை எண்ணம்
பூந்தளிராட... பொன்மலர் சூட...'

இளங்கோ பாடினான். விடுதியின் நடுக்கூடத்தில் மெழுகு வர்த்தியின் மிதமான பூரிப்புடன் ஒளிர்ந்து கொண்டிருந்த நாற்பது வாட்ஸ் குமிழ் விளக்கும், ஜூலை மாதத்தின் இதமான இரவும் எல்லாருடனும் சேர்ந்து அதை ரசித்துக் கொண்டிருந்தன. பாடி முடித்ததும் கைத்தட்டல் எழுந்தடங்கி அனைவரின் கண்களும் இளங்கோவின் மீது ஒட்டிக் கொண்டன. அந்த ஆண்டு ரேக்கிங்கிலிருந்து இளையராஜா காப்பாற்றிவிட்டார் என்று மகிழ்ச்சி அடைந்தான் இளங்கோ.

மறுநாள் இரவு சாப்பிட்டுக் கொண்டிருக்கையில், உணவுத் தட்டுடன் இளங்கோவின் அருகில் வந்தமர்ந்த, குட்டையான அடர்முடியும், கருத்த கம்பீரத் தோற்றமும் கொண்ட ஒருவன் தன்னை அவனிடத்தில் அறிமுகம் செய்து கொண்டான்.

“பிரசன்னா, ஃபர்ஸ்ட் இயர் வேதியியல், ஊரீஸ் காலேஜ்! அமர் எழுதின பாட்ட நேத்து பிரமாதமா பாடின!”

“தேங்ஸ். நான், இளங்கோ. ஃபர்ஸ்ட் இயர், எகனாமிக்ஸ். நானும் ஊரீஸ் தான்! என்னவோ திடீர்னு பூந்தளிர் ஆட... பாடத்தோணுச்சு. படம், பன்னீர் புஷ்பங்கள். அது அவர் எழுதினதா? நான் அத கவனிக்கல!”

“ஆமா. கங்கை அமரன் தான். அவர், பிரமாதமான கவிஞர். கண்ணதாசன், வாலி, வைரமுத்து... இவங்க யாரோடயுமே சேராம தனியா தெரியற ஆள்! சிறு பொன்மணி அசையும்..., புத்தம் புது காலை..., செந்தூரப்பூவே செந்தூரப்பூவே..., பூங்கதவே தாழ் திறவாய்..., நான் என்னும் பொழுது..., இப்பிடி ஏகப்பட்ட பாட்டுங்க அவர் எழுதினது!”

இசை, புத்தகம், புகைப்படம், ஓவியம் என விரிந்தது அவர்களின் நட்பு. வேலூர் கோட்டைக்கு அடிக்கடி சென்று கட்டடங்களையும், சிற்பங்களையும் பார்த்தார்கள். ஈஸ்வரன் கோயிலுக்குள்ளிருக்கும் திருமணக்கூடத்தை இணுக்கு இணுக்காக அலசினார்கள். பூசை நேரங்களில் அங்கு வழங்கப்படும் பிரசாதத்தை வாங்கித் தின்றார்கள்.

“ரொம்ப அழகான நிர்மானம். வெள்ளக்காரன் இந்தக் கல்லுங்களுக்கும், கார்விங்ஸ்கும் நம்பர் போட்டு, கப்பல்ல

கொண்டுப்போயி லண்டன்ல ரீ-ஸ்டரக்சர் பண்ணலாம்னு நெனச்சானாம்! ஆமா, இங்க நடந்த முதல் சுதந்திரப்போர் பத்தின புஸ்தகத்தை படிச்சிருக்கியா?"

பார்க்கின்றவற்றைப் பற்றியெல்லாம் தகவல் சொல்லி, பிரசன்னாதான் இளங்கோவை நூல்களின் பக்கமாக இழுத்தான். டவுன்ஹால் அருங்காட்சியகத்துடன் இணைந்திருந்த ஓவியக் கூடத்தை பார்த்துவிட்டு, இருவரும் அந்த ஓவியங்களை வரைந்தளித்திருந்த உள்ளூர் கலைஞர்களைத் தேடிப் போனார்கள். ஸ்கடர் மெமோரியலையும், மலைக் கோட்டையையும் விடவில்லை. தொரப்பாடி மத்திய சிறைக்குள் சென்று பார்ப்பதற்கு முயற்சி செய்தார்கள்.

ஆபீசர்ஸ் லைன் சி.எஸ்.ஐ பெரிய சர்ச் முன்னால், நடைபாதையை ஒட்டிய தார்ச்சாலையில் சாக்பீசால் ஓவியம் வரையும் தொழுநோய் பீடித்த யாசகனை தன்னிடமிருந்த நிக்கான் காமிராவால் படமெடுத்தான் பிரசன்னா. அப்படியே விசாரித்துக் கொண்டு செம்மண் வயல்வெளிகளுக்கு நடுவே இருக்கும் கரிகிரி தொழுநோயாளிகள் மறுவாழ்வு மையத்துக்குப் போனார்கள். அங்கு நோயிலிருந்து மீண்டவர்கள் செய்திடும் பலவகையான கைவினைப் பொருட்களையும், வேலைகளையும் பார்த்து வியந்தார்கள். அவர்களை பிரசன்னா எடுத்த கருப்பு வெள்ளைப் புகைப்படங்கள் ஒரு வாரப் பத்திரிகையில் வெளியாகி பிரசன்னாவை கல்லூரியில் புகழடைய வைத்தன!

திருப்பெரும்புதூர் பேருந்து நிலையத்தில் இறங்கியதும், ஒருகல் பறந்து வந்து இளங்கோவின் நெற்றியில் விழுந்தது. அவன் தடுமாற்றத்துடன் கீழே விழுந்தான். தோளிலிருந்த துணிப்பை சற்றுத் தள்ளி விழுந்தது. மக்கள் கத்திக் கொண்டு நாலாபுறமும் சிதறி ஓடுவதை வலியுடனும், பீதியுடனும் பார்த்தான் இளங்கோ. கட்டைகளையும் கம்புகளையும் கொண்டு சிலர் ஆட்களைத் தாக்கினார்கள். எங்கிருந்தெல்லாமோ கற்கள் பறந்து வந்து விழுந்தன. பேருந்து நிலையத்தில் இருந்த கடைகள் வேகமாகச் சாத்தப்பட்டன. கூச்சலும், வெறிக் கத்தல்களும் கேட்டன. என்ன நடக்கிறது என்று அவனுக்குப் புரியவில்லை. விழுந்த வேகத்திலேயே எழுந்து மக்கள் ஓடுகின்ற திசையில் ஓடத்தொடங்கினான் இளங்கோ. சந்துகளிலும், சாலைகளிலும்

ஆட்கள் ஓடினார்கள். அங்கலாய்த்த படியும், கோபத்துடனும் பேசிக்கொண்டார்கள்.

"எதுக்கு இப்பிடி அடிக்கிறானுங்க? கடைங்கள என்னாத்துக்கு சாத்தறானுங்க?"

"என்னா நடக்குது?"

"ஆட்சியக் கலைச்சுட்டாங்களாம்!"

உயிர் பயத்திலும், மிரட்சியிலும் வேகமாக நடந்தான் இளங்கோ. தலையிலிருந்து ரத்தம் வடிவதைப் போலிருந்தது. வலித்தது. அந்தத் தார்ச் சாலையிலேயே நடந்து போனால், நடுஇரவுக்குள் ஊருக்குப் போய்விட முடியுமா என்று தன்னையே கேட்டுக் கொண்டான். சென்றுக் கொண்டிருப்பது ஊருக்குப் போகின்ற வேலூர் சாலையா? பிரசன்னா இருக்கின்ற பூண்டிக்குச் செல்லும் திருவள்ளூர் சாலையா? அவனுக்குச் சந்தேகம் உண்டானது. சாலையோர பெயர்ப் பலகைகளை உன்னிப்பாக பார்க்கத் தலைப்பட்டான் இளங்கோ.

உடன் நடக்கின்ற ஆட்கள் யாரிடத்திலும் விவரம் கேட்கின்ற துணிச்சலில்லை. எல்லாரும் எல்லாரையும் சந்தேகத்துடனேயே பார்த்தார்கள். நடந்துக் கொண்டிருந்தவர்கள் உடன் நடப்பவர்களை, தாக்குவதற்கு வந்தவர்களைப் போல கருதி கண்காணித்தார்கள். ஆட்கள் ஒவ்வொருவராகக் குறைந்து கொண்டே வந்தார்கள்.

யாரிடத்திலாவது உதவி கோரலாம் என்றால், அரிதாகக் கடக்கின்ற சில வாகனங்களும் அவன் சத்தத்துக்கு நிற்கவிலை. இருட்டிக் கொண்டு வந்தது. அந்தக் கணத்திலேயே வாழ்க்கை முடிந்து போனதோ என்று நினைத்தான் இளங்கோ. இன்னும் எவ்வளவு தொலைவுக்கு நடக்க இயலும் என்று தெரியவில்லை. உடல் சோர்ந்து கால்கள் பின்னிக் கொண்டு வந்தன. காலையில் வீட்டில் சாப்பிட்டதோடு சரி. நேர்காணலுக்கு மாலைக்குள் வரவேண்டியிருந்ததால் இடையில் எங்குமே சாப்பிட முடியவில்லை.

வெகுதூரம் நடந்து களைப்பு மேலோங்கிய பிறகு ஏதாவது ஓர் ஊரில் உதவி கேட்கலாமா என்று நினைத்தான் இளங்கோ.

சாலைகளில் முற்றிலுமாக போக்குவரத்து நின்று போயிருந்தது. சில இடங்களில் பாதையின் நடுவில் டயர்களையும் கட்டைகளையும் முள்மண்டைகளையும் போட்டு எரித்திருந்தார்கள். பெரிய கற்களை குறுக்காக போட்டு வைத்திருந்தார்கள். மனிதர்களை அவ்வளவாகப் பார்க்க முடியவில்லை. உலகத்தின் முடிவு போலவும், கடைசி நாள் போலவும் அந்தச் சூழ்நிலைகள் அவனுக்குத் தோன்றின.

மேலும் அவன் நடந்ததில், மெலிந்ததும் உயரமானதுமான சிலுவை கோபுரத்தையுடைய மாதாகோயிலைக் கொண்ட ஊரொன்று அவனை வரவேற்றது. இளங்கோவுக்கு தன்னுடைய ஊரில் இருக்கின்ற தேவாலயத்தின் நினைவுகள் சடாரெனப் பெருகி அழுகையைத் தூண்டின. அந்நியத் தன்மையின் வாதையையும் மீறி, ஒருவகையான நிம்மதியும் ஆறுதலும் உருவாகிவிட்டதைப் போல அவன் உணர்ந்தான்.

சிறிது தைரியத்தை வரவழைத்துக் கொண்டு, மாதா கோயிலை ஒட்டியிருந்த பெரிய இரும்புக் கதவைத் தட்டினான் இளங்கோ. அத்தருணத்தில் லாங்ஸ்டன் ஹியூஸ் எழுதிய 'ஆன் த ரோட்' சிறுகதையில் வரும் கருப்பின மனிதனைப் போலவே தன்னை அவன் உணர்ந்தான். நீண்டநேர தட்டலுக்குப் பிறகு கதவருகில் வந்து நின்ற இளஞனைப் போன்ற தோற்றத்தினைக் கொண்டிருக்கும் ஒருவர் குழப்பத்துடன் இளங்கோவைப் பார்த்தார்.

"எம்பேரு இளங்கோ சார்! நார்த் ஆர்க்கார்ட் டிஸ்டிரிக்ட். ஆம்பூர் பக்கம் வெங்கிளி. இன்னிக்கி ஸ்ரீபெரும்புதூர் சிப்காட்டுல ஒரு இண்டர்வியூவுக்கு வந்தேன். திடீர்னு கலவரத்துல மாட்டிக்கிட்டேன்"

"இண்டர்வியூக்குப் போன ஆபீஸ்லயே இருக்க வேண்டியது தானே?"

"இண்டர்வியூவுக்கே போகல சார்! பஸ் எறங்குறேன், கலவரம் தொடங்கிடுச்சி. அங்க வீசுன கல்லு வந்து விழுந்து தலையில அடி. ஆளுங்களோட ஆளுங்களா நடந்து இங்க வந்துட்டேன். இந்த ரோடு எங்க போதுன்னு கூடத் தெரியில. என்னா பண்றதுன்னும் புரியல. சர்ச்சில இன்னிக்கித் தங்கிக்க எடம்

கெடைக்குமா? காலையில பஸ்சுங்க ஓடத் தொடங்கந்தும் ஊருக்கு கெளம்பிற்றேன்"

அந்த மனிதர் சிரித்தார். இரும்புக் கதவைத் திறந்து உள்ளே வரச்சொல்லி, அவனை அமரச் செய்து, குடிப்பதற்கு தண்ணீர் கொடுத்தார்.

"நான் உங்க சர்டிபிகேட்ஸை பாக்கலமா?"

இளங்கோ மறுபேச்சின்றி அவற்றை தன் பையிலிருந்து எடுத்துக் கொடுத்தான். அவர் அவன் முகத்தைக் கூர்ந்து பார்த்துக் கொண்டே அவற்றை நோட்டம் விட்டார். பின்னர் அவனிடமே அவற்றை திருப்பிக் கொடுத்துவிட்டுச் சொன்னார்.

"ஓக்கே, உங்கள சில காரணங்களால இங்க தங்க வைக்க முடியாது. எம்பேரு வானரசு. நான் இங்க உதவி ஃபாதர் தான். எல்லாத்துக்கும் பெரிய ஃபாதர் ஒருத்தர் இருக்குறாரு! அவர்கிட்ட தான் பர்மிஷன் வாங்கணும். ஆனா, ஒன்னு செய்றேன். எனக்குத் தெரிஞ்ச ஒரு எடத்துல உங்கள தங்க வைக்கிறேன். போக்குவரத்து சரியாகற வரைக்கும் நீங்க அங்கியே தங்கிக்குங்க. அங்கியே சாப்டுக்குங்க. காசு எதுவும் வச்சிருக்கிறீங்களா?"

"கொஞ்சம் இருக்குது. வர்ற அவசரத்துல அதிகமா கொண்டாரல"

"ஓக்கே, பரவால்ல! நீங்க எதுவும் குடுக்க வேணா. அத நான் பாத்துக்கறேன். எப்ப நெலம சீராகுதோ அப்ப ஊருக்குப் போகலாம்"

"நாளைக்கே பஸ்சுங்க ஓடுமில்ல?"

"சாத்தியமில்ல! ஸ்டேட் முழுக்க பல எடங்கள்ள அசம்பாவிதங்கள் நடந்திருக்குதுன்னு நியூஸ்ல சொல்றாங்க. தடையுத்தரவு போட்டிருக்கிறாங்க. பாதுகாப்புக்கு ஒருவேளை ராணுவம் கூட வரலாம். எப்படியும் நெலமை திரும்ப ஒரு வாரமாவது ஆகும். நீங்க பயப்படாதீங்க"

வானரசுவுடன் நடந்தான் இளங்கோ. நெடுஞ்சாலை ஓரத்தில், அந்த ஊரின் பிரதானத் தெருக்கள் வந்து சேர்கின்ற இடத்தில் போய் நின்றார் அவர். சாலையோரமிருந்த நிழற்கூடத்தை

அணைத்தபடி பெரிய ஆலமரமொன்று கிளைபரப்பி நின்றிருந்தது. சில கடைகளும், பஞ்சாயத்து அலுவல் சாவடியும் பூட்டிக் கிடந்தன. அவற்றின் சுவர்களில் சுவரொட்டிகளையும், சுவரெழுத்துகளையும் மங்கலாகப் பார்க்க முடிந்தது. வானரசுவின் ஒரே குரலுக்கு ஒரு கடையின் விளக்கு எரிந்தது. நடுவயதைக் கடந்திருந்த ஓடிசலான ஒருவர் வெளியே வந்து வானரசுவைக் கும்பிட்டார். மிதமான வெளிச்சத்தில் புகைபடிந்துக் கிடக்கும் அந்தச்சிறு உணவகத்தை அப்போதுதான் பார்த்தான் இளங்கோ.

"இந்தத் தம்பி, எனக்கு வேண்டப்பட்டவர்! ஒரு வேலைக்காக ஸ்ரீபெரும்புதூர் வந்து, கலவரத்துல சிக்கிக்கிட்டார். நெலம சீராகற வரைக்கும் இங்கத் தங்கிக்கட்டும். சாப்பாடும் குடுங்க. அவர் கிட்ட எதுவும் கேக்கவேணா. எல்லாத்தையும் நான் பாத்துக்கிறேன். யாராவது விசாரிச்சா, எம் பேரச் சொல்லுங்க"

இளங்கோ நெக்குருக அவரைப் பார்த்தான். ஆலின் நிழல் தோய்ந்த அவரின் முகம் சலனமற்று தெரிந்தது.

"ஒரு காலத்துல இது வழிப்போக்கர்கள் தங்குறதுக்கான சத்திரமா இருந்தது. வழிவழியா இவங்களோடக் குடும்பம்தான் இத நடத்திட்டு வந்திருக்காங்க. இப்ப சத்திரம் இல்ல. அதையெல்லாம் மாத்தி வீடாக்கிட்டாங்க. இந்தப் பெரியவர் சின்னதா ஒரு சாப்பாட்டுக்கடை நடத்திட்டு வர்றார். வெளிப்புறம் விட்டு வச்சிருக்குற ஒரே ஒரு ரூம்ல இப்படித் தெரிஞ்சவங்க யாரையாவது தங்க வைப்பார். அவ்ளோதான்... சரி நான் கௌம்பறேன். உங்க பையில சில புஸ்தகங்கள் வச்சிருக்கிறத பாத்தேன்! அதப் படிச்சிக்கிட்டு பொழுதக் கழிங்க!"

புன்னகையுடன் சொல்லிவிட்டு அங்கிருந்துச் செல்லும் வானரசைப் பார்த்துக் கொண்டு நின்றான் இளங்கோ.

அறையின் கூரையைப் பார்த்தபடி மல்லாந்து படுத்திருந்தான் இளங்கோ. பனந்தராய்கள் அடித்து, அவற்றின் மீது நெருக்கமாக மூங்கில் கழிகளை அடுக்கி நாட்டோடு வேயப்பட்டிருந்த கூரை. சுவர்களில் எப்போதோ அடிக்கப்பட்டிருந்த சுண்ணாம்பு மங்கிக் கருத்திருந்தது. நூலாம்படைகள் எதுவும் தொங்கவில்லை. அறையை துப்புரவாக வைத்திருந்தார்கள்.

உள்வீட்டை ஒட்டிய சுவரில் விளக்கு மாடம் ஊதுவத்திகள் தீய்த்த கரித்தடத்துடன் தெரிந்தது. அதன் பக்கத்திலேயே பலகணி திறப்பைப் போன்றதொரு செவ்வகத் திறப்பு இருந்தது. அதற்குக் கச்சிதமாக மரக்கதவொன்றும் பொருத்தப்பட்டு இருந்தது. அதன் வழியாக உள்ளிருந்தபடியே பெரியவர் மதியம் வடித்த சோற்றில் குழம்பை ஊற்றி அவனுக்கு வழங்கினார். தினமும் அப்படித்தான் அவனுக்கு உணவு கொடுக்கப்படும் என்று பெரியவர் சொன்னார்.

சத்திரத்தில் தங்கும் வழிப்போக்கர்கள் உணவை பெறுவதற்கும், அந்த வீட்டுப் பெண்களை பார்க்காமல் இருப்பதற்கும் அப்படி ஒரு ஏற்பாடு செய்யப்பட்டு இருக்கலாம் என்று இளங்கோ கருதினான். படுத்த உடனே அவனுக்குத் தூக்கம் வரவில்லை. தலையில் பட்ட காயத்தின் வலி அப்போதுதான் உறைத்தது. அது இலேசான காயமாக இருக்க வேண்டும் என்று விரும்பியது மனம். அவனுக்கு வீட்டு நினைவு வந்தது.

அப்பா அம்மாவிடம் பாட்டி தகவலைச் சொல்லியிருப்பாரா? இளகிய மனம் கொண்ட அம்மா எளிதில் உணர்ச்சி வசப்பட்டு பதறவும் அழவும் செய்வார் என்பது அவனுக்குத் தெரியும். இப்போது இப்படி திடீரென்று கிளம்பி வந்துவிட்டதால் அம்மா எப்படி பதைப்பாரோ? அப்பா எங்கெல்லாம் விசாரிப்பாரோ? துடிப்பு மிகுதியால் கபிலன் என்ன காரியத்தில் இறங்குவானோ? குட்டித் தங்கையும், தம்பியும் அழுவார்களா? கல்லூரியில் படிக்கின்ற தம்பி கபிலன் என்ன செய்வான்? துடிப்பு மிகுதியால் கபிலன் என்ன காரியத்தில் இறங்குவானோ? எளிதில் உணர்ச்சிவசப்படக் கூடியவனாகவும், கோபம் அடையக் கூடியவனாகவும் கபிலன் இருந்தான்.

கபிலனை கல்லூரியில் சேர்ப்பதற்குச் சென்றிருந்த சமயத்தில் நடந்த நிகழ்ச்சி ஒன்றை இளங்கோவால் எப்போதும் மறக்க முடியாது. நகரத்தில் இருந்த அரசுக் கல்லூரியின் மேல்தளத்தில் இயற்பியல் துறைக்கு முன்னால் நின்று கொண்டிருக்கையில், அந்த வழியாக வந்த மூத்த மாணவர்கள் மூன்றுபேர் சடார் என்று இளங்கோவின் கையில் இருந்த சான்றிதழ் கோப்பைப் பிடுங்கி புரட்டிப் பார்க்கத் தொடங்கினார்கள். அதோடு நிற்காமல் தரம் குறைந்த கேள்விகளையும் கேட்டார்கள். அக்கேள்விகளால்

கோபமடைந்த கபிலன், அந்த மூன்று பேரையும் சடாரென தாக்கத் தொடங்கினான்.

அப்படி நடக்கும் என்று இளங்கோ கற்பனை கூட செய்யவில்லை. நான்கு பேரும் கட்டிப் புரண்டார்கள். அங்கிருந்த அலுவலக உதவியாளரும், சில பேராசிரியர்களும், மாணவர்களும் ஓடிவந்து அவர்களை விலக்கினார்கள். மூத்த மாணவர்களின் முகங்களில் குத்து விழுந்து வாய் ஓரத்தில் ரத்தம் கசிந்தது. கபிலனின் கேசம் கலைந்து, சட்டை இலேசாகக் கிழிந்திருந்தது.

அந்த மோதலை விடவும், அதைக் காரணம் காட்டி எங்கே கபிலனுக்கு கல்லூரியில் இடம் கிடைக்காமல் போய்விடுமோ என்றே அஞ்சினான் இளங்கோ. ஆனால், துறையின் தலைவர் சிக்கலை கரிசனையோடு விசாரித்து, கபிலனுக்கு கல்லூரியில் இடம் கொடுத்தார். அது மட்டுமின்றி வன்முறையில் ஈடுபட்ட மூத்த மாணவர்களையும் அழைத்து கனிவாகப் பேசி, நான்கு பேரிடையே இணக்கத்தை உருவாக்குவதற்கான முயற்சிகளை மேற்கொண்டார். கபிலனை கல்லூரியில் சேர்த்துவிட்டு வந்த பிறகும் சுமார் ஒரு மாத காலத்திற்கு என்ன ஆகுமோ என்று அச்சப்பட்டுக் கொண்டே இருந்தான் இளங்கோ. நடந்ததை வீட்டில் யாரிடமும் சொல்லக் கூடாது என்றும் கபிலனிடத்தில் சொல்லி வைத்திருந்தான்.

தீவிரமாக யோசித்தபடி அறையிலிருந்த பழைய பாயில் புரண்டான் இளங்கோ. நாளை எப்படியாகிலும் பிரசன்னாவிடம் போக வேண்டும் என்று உறங்குவதற்கு முன்னால் அவன் மனம் சொல்லிக் கொண்டது. காலையில் எழுந்ததும் பெரியவரிடத்தில் ஊரிலிருக்கும் வசதிகளைக் கேட்டுக் கொண்டு வயல்களின் பக்கமாகப் போய்த் திரும்பிய போது, பஞ்சாயத்து சாவடியின் சுவரிலும் வேறு சில சுவர்களிலும் புதிய சுவரொட்டிகள் ஒட்டப்பட்டிருப்பதைப் பார்த்தான் இளங்கோ.

'மக்களால் தேர்ந்தெடுக்கப்பட்ட ஆட்சியைக் கலைத்திடும் ஜனநாயகக் கொலையைக் கண்டிக்கின்றோம்'

அச்சகத்தின் பெயரோ, கண்டிப்பவரின் பெயரோ இல்லாமல் அந்தச் சுவரொட்டிகள் பெரிய கருப்பு எழுத்துகளில் இருந்தன. அறைக்கு வந்து பையிலிருந்த புத்தகத்தை எடுத்துக் கொண்டு

படிக்க உட்கார்ந்த சமயத்தில், இலேசாகத் திறந்த சுவர் திறப்பின் வழியாக ஒரு குரல் கேட்டது.

"காலையில எட்டு மணிக்கெல்லாம் குளிச்சுட்டு வந்துட்டா, டிஃபன் குடுக்க சௌரியமா இருக்கும். மத்தியானம் ஒரு மணி. ராத்திரிக்கு சீக்கிரமே குடுத்துட்றோம். ஒங்க இஸ்டம் போல சாப்டுக்கோங்க"

அசரீரியைப் போலக் கேட்ட அந்தக் குரலுக்கு இளங்கோ பதறியடித்துக் கொண்டு பதில் சொன்னான்.

"சரிங்க... சரி சரி"

சுவருக்கு அப்பால் நகரும் குரல், அவன் பதற்றத்தைக் கேட்டு சிரித்தபடியே நகர்கிறதோ என்ற பிரம்மை உருவாகியது. சிரிப்புடன் கொலுசொலியும் சேர்ந்தே கேட்டதாகவும் தோன்றியது. சில கணங்களுக்கு புறச்சூழலை மறந்திருந்த இளங்கோவின் மனதில், 'வெள்ளிச் சலங்கைகள் கொண்ட கலைமகள்...' பாடல் சடாரெனத் தோன்றிட, உதடுகள் அதை மெதுவாகப் பாடிப் பார்த்தன. பின்னர் உருவான அச்சத்தில் தன்னையே கடிந்து தலையில் கொட்டிக் கொண்டான்.

காலையுணவை முடித்துக் கொண்ட பின்னர் வானரசுவைப் பார்க்கப் போனான் இளங்கோ. அந்த ஊரில் அவ்வளவாக ஆட்கள் இல்லை. பெரும்பாலான வீடுகள் திண்ணை வைத்த பழங்காலத்து ஓட்டு வீடுகளாக இருந்தன. தெருக்கள் அகலமாகத் தெரிந்தன. மாதாகோயிலின் கோபுரத்தைப் போலவே, ஊரின் மேற்கு மூலையில் பெருமாள் கோயில் கோபுரம் ஒன்றும் தெரிந்தது. அரிதாகத் தெரிந்த சில குடிசைகள் வைக்கோல் தாளை கூரையாகப் போர்த்தியிருந்தன.

பிரசன்னாவைப் பற்றி சொல்லி, அவனை சந்திக்க உதவி செய்யும்படிக்கு வானரசுவினிடத்தில் கேட்டுக் கொண்ட பிறகு, ஊருக்கு வெளியே நடக்கத் தொடங்கினான் இளங்கோ. ஊரைச் சுற்றிலும் யூக்கலிப்டஸ் மரங்கள் உயரமாக வளர்ந்திருந்தன. அவற்றின் தாழக்கிளைகளில் செழித்திருந்த சாம்பல்நிற இலைகள் பரப்பிடும் வினோத வாடை அவனை மருட்டியது. சிறிது

தொலைவு நடந்து, சற்றே உயரமானதொரு குன்றின்மீது ஏறி நின்றான்.

அங்கிருந்து பார்த்தபோது கண்ணுக்கெட்டிய தொலைவு வரைக்கும் வயல் வெளிகளும், அங்கங்கே மரக்கூட்டங்களும் தெரிந்தன. வானம் தூய நீலத்தில் மிளிர்ந்தது. இங்கிருக்கும் வானம் தான் ஊரிலிருக்கும் வானமும். இங்கே பாதம் தொடும் நிலம் தான் ஊரின் நிலமும் என்று எண்ணிக் கொண்டே கீழிறங்கி நடந்த இளங்கோ, காலையில் சுவர் திறப்பு வழியாகக் கேட்ட பெண்ணின் குரலுக்கு என்ன வயதிருக்கும் என்ற யோசனையோடு, சூரியன் தலைமீது ஏறி நிற்கின்றவரை ஏரிக்கரையிலேயே உட்கார்ந்திருந்தான்.

தனிமையின் நாட்கள் மெல்ல இயல்பாகிக் கொண்டு வந்தன. பொழுதுகளின் வெறுமையை கைவசமிருந்த புத்தகத்தின் வரிகளினாலும், மனதில் எழும் பாடல்களினாலும் நிரப்பத் தொடங்கினான் இளங்கோ. அறையிலும், வயல் வெளிகளிலும் வாய்விட்டுப் பாடினான். எங்கிருந்தாவது வாகனங்கள் கடக்கும் ஓசை கேட்கிறதா என செவிமடுத்தான். ஏரிக்கு நீர்க்கொணரும் கால்வாயைத் தூர்வாருகின்ற எந்திரங்களை நாள்முழுக்க வேடிக்கைப் பார்த்துக் கொண்டிருந்தான். இன்னொரு நாள் அறையை விட்டு எங்கும் செல்லாமல் பிரசன்னா அவனுக்கு அனுப்பியிருந்த 'வெட்ட வெளிதன்னில் கொட்டிக் கிடக்குது' நூலை வாய்விட்டுப் படித்துக் கொண்டிருந்தான்.

'நான்
என்னைப்
பார்க்க முடியாது!
அறிய முடியும்
நீ
என்னைப் பார்க்கலாம்!
அறிய முடியாது
நான்
உனக்குக்காட்சி!
நீ
எனக்குக்காட்சி!
இரண்டு காட்சிகளும்

போய்விட்டால்
நீயும் நானும்
அறிவது
ஒன்றாகவே இருக்கும்'

இப்படியே ஐந்து நாட்கள் கடந்திருந்தன. ஆறாம் நாள் காலையில் அறைக்கு வெளியே வந்து நின்றபடி, ஆலமரத்தின் கிளைகளை இளங்கோ நோட்டம் விட்டுக் கொண்டிருந்த போது, அவன் எதிரில் ராஜ்தூத் வண்டியில் வந்து நின்றான் பிரசன்னா. அந்தக் கணத்தை நம்ப முடியாமல் திணறிய இளங்கோ, அவனைத் தழுவிக் கொண்டு அழுதான்.

"என்னாடா இப்பிடி வந்து மாட்டிணுக்கீற? இந்த ஊர் சர்ச்சில இருக்கிற சின்ன ஃபாதர்தான் எனக்கு தகவல் சொன்னாரு. அவரு எங்க ஊருக்கு நேத்து டூவீலர்லயே வந்திருந்தாரு"

"தபால் லேட்டா கெடச்சிச்சிடா. அதான் இப்பிடி. இண்டர்வியூ முடிச்சதும் உன்ன வந்து பாக்கறதுக்குதான் இருந்தேன். எல்லாமே நிர்மூலமாயிடுச்சி!"

"சரி கெளம்பு. பூண்டிக்குப் போயிடலாம். எப்பிடியும் நாளைக்கு பஸ்சுங்க ஓடத் தொடங்கிடும். ஸ்ரீபெரும்புதூர் வந்து, இண்டர்வியூவுக்கு கூப்பிட்ட கம்பெனிய பாத்து விசாரிச்சுக்கலாம்! அப்புறமா வீட்டுக்கு நானே பஸ் ஏத்திவிட்றேன்"

"இல்லடா. வீட்டுக்கு போகணும். அப்பா அம்மா யாருக்குமே சொல்லிட்டு வரல"

ஃபாதர் வானரசுவிடமும் பெரியவரிடமும் சொல்லிவிட்டு, சுவர் திறப்பினருகில் சில கணங்கள் நின்றிருந்த பின்னர் பிரசன்னாவுடன் கிளம்பினான் இளங்கோ. மிதிவண்டிகளிலும், இருசக்கர வண்டிகளிலும் ஆட்கள் போய்வரத் தொடங்கிவிட்டார்கள் என்ற செய்தி கொடுத்த உற்சாகத்திலும், துணிவிலும் அவர்கள் ராஜ்தூத்திலேயே ஊர்களைக் கடந்தார்கள்.

அந்த வாகனச் சத்தம் உறங்கிக் கிடக்கும் மக்கள் கூட்டத்தை உலுப்பி எழுப்புவதைப் போன்று இருந்தது. நெடுஞ்சாலை ஓரங்களில் அங்கங்கே சரக்கு லாரிகள் நிறுத்தி வைக்கப்பட்டிருந்தன. அவற்றினடியில் ஓட்டுநர்கள் படுத்தும், அருகில் அமர்ந்தும்

ஓய்வெடுத்துக் கொண்டு இருந்தார்கள். சாலையில் சொற்ப அளவில் ஆட்களின் நடமாட்டத்தைப் பார்க்க முடிந்தது.

"1947 பார்டிஷன் அப்போ, கம்யூனல் கிளாஷஸ்ல எல்லாம் இப்படி அங்கங்க நடந்திருக்குது. 1984 இல் நாடே ஸ்தம்பிச்சது. இங்க நம்ம மாநிலத்தில 1968-ல, 1987-ல இப்படிப் போக்குவரத்து தடைப்பட்டு மனுச வாழ்க்கையே ஸ்தம்பிச்சிருக்கு. இதுக்கு மேலயும் கூட இப்படி நடக்கலாம். பாதிக்கப்பட்டவங்களோட கோபத்துல இப்படி நடக்கிறதைவிடவும், இந்தச் சூழ்நிலையைப் பயன்படுத்திக்க விரும்பறவங்க ஏற்படுத்துற பாதிப்புதான் அதிகம். நமக்காவது வீடிருக்குது. வீடில்லாதவங்க நெலமையை யோசிச்சிப் பாரு. இந்த டிரைவருங்க எல்லாம் என்ன செய்வாங்க? சூழ்நிலையை நெனச்சி இப்பிடி அழுதிட்டிருந்தா எப்படி இளங்கோ? சூழ்நிலைகள் எதுவாயிருந்தாலும் அதுக்குள்ள நாம ஊடுருவணும். நாம அடைக்கலம் தேடுறவங்களா இருக்கக் கூடாதுடா. அடைக்கலம் கொடுக்கிறவங்களா இருக்கணும்"

"கீதோபச்சாரம் போல பிரசன்னா பிரசங்கம்!"

"அப்படிக்கூட நெனச்சிக்கடா. நீ வாழ்க்கை உயிர்ப்பெற பாடு. கர்வத்துடன் பாடு!"

அவர்கள் கதைப் பேசிக்கொண்டும், பாடிக்கொண்டும், அங்கங்கு இளைப்பாறிக் கொண்டும் தொலைவைக் கடந்தார்கள். விரும்பும் இடங்களிலெல்லாம் வண்டியை நிறுத்தி பிரசன்னா புகைப்படங்களை எடுத்தான். விசாரித்தவர்களிடத்தில், பத்திரிகையாளர் என்று சொல்லி கமுக்கமாகச் சிரித்தான்.

மாலை மங்கிடும் நேரத்தில் அவர்கள் வெங்கிளியைச் சென்று அடைந்தார்கள். இளங்கோவைப் பார்த்ததும் அம்மா கத்தியபடி ஓடிவந்து அணைத்துக் கொண்டார். வீட்டிலுள்ளவர்களும், ஊர்மக்களும் சூழ்ந்துக் கொண்டார்கள். தான் இல்லாமல் போன நாட்கள் தொடங்கி அம்மா சாப்பிடவேயில்லை என்றும், அப்பா முதலாளிகளின் வீட்டுக்கும், காவல் நிலையத்துக்கும் ஓயாமல் நடந்தார் என்றும், கபிலன் மிதிவண்டியிலேயே வேலூர் வரைக்கும் மிதித்துக்கொண்டு போய்த் தேடினான் என்றும் அறிந்த இளங்கோ அப்படியே உடைந்துபோய் கீழே உட்கார்ந்தான்.

"அவன், அவங்க தாத்தன் மாதிரி. எப்பேர்கொந்த நாடு நகரத்திலயும் இருந்திட்டு வந்துடுவான்!"

பாட்டி சலனமின்றி சொல்லிக் கொண்டிருந்தார். இளங்கோவை நேர்காணலுக்கு அழைத்த கம்பெனிக்கு நேரில் சென்று விசாரித்து விட்டு கடிதம் எழுதுவதாகச் சொல்லி பிரசன்னா புறப்பட்டுப் போன சில நாட்களுக்குப் பிறகு, இளங்கோவுக்கு ஒரு கடிதம் வந்திருந்தது.

"சர்டிஃபிகேட் ஃபைலின் மேல் எழுதி ஒட்டியிருந்த முகவரிக்கு இதை எழுதுகிறேன்! உங்களின் பாடல்கள் என்னுடைய மனதில் ரீங்காரமிடுகின்றன. அப்பாடல்களை இங்கிருக்கும் வயல்வெளிகளும், சுவர்களும் எதிரொலிக்கின்றன. மீண்டும் அவற்றை நேரில் கேட்பதற்கு ஆசைப்படுகிறேன்... தேவமனோகரி!"

முகம் தெரியாத ஒரு பெண் எழுதியிருக்கும் அந்தக் கடிதத்தைப் படித்துவிட்டு சிரித்த இளங்கோ, "மீண்டும் ஒரு நேர்காணல்" என உற்சாகத்துடன் சொல்லிக் கொண்டான்.

◉